AF176800

'वृद्धसेवा हीच ईश्वरसेवा'

डॉ. महावीर चंद्रनाथ पांढरे यांचे 'संवाद ज्येष्ठ नागरिकांशी' हे पुस्तक माझ्याकडे आले, तेव्हा अनुक्रमणिकेवर मी दृष्टिक्षेप टाकला आणि 'वृद्धत्वाकडे वाटचाल', 'वृद्धत्व : शाप की वरदान' इत्यादी प्रकरणे वाचली. त्यांनी तीन तपे शैक्षणिक आणि सामाजिक क्षेत्रात सेवा केलेली आहे. त्यांच्या कार्याचा गौरव म्हणून महाराष्ट्र शासनाचा 'आदर्श शिक्षक पुरस्कार' त्यांना शोभून दिसतो.

'वृद्धसेवा हीच ईश्वरसेवा' समजून त्यांनी बारा वर्षे मोफत वृद्धाश्रम चालवले. पांढरे दांपत्यांनी सेवाव्रताचे काम केलेले आहे. प्रेम, सेवा, कर्तव्य, भावना, वास्तवता या भूमिकेतून या पुस्तकात व्यक्त झालेले विचार वृद्धसेवेच्या कार्याला वैचारिक बळ देऊन जातात.

माणसे मृत्यूच्या भीतीने मृत्यूच्या छायेत जगतात. ती छाया दूर करण्याचा आपण प्रयत्न करू या.

हसणे हे सर्व प्रकारच्या समस्यांवरील रामबाण औषध आहे. शिवाय हे देवाने आपल्याला मोफत दिलेले आहे. त्यांच्या लेखनकार्याला माझ्या मनःपूर्वक हार्दिक शुभेच्छा.

– डॉ. के. एच. संचेती

सद्‌विचारांचा अमृतकुंभ

'जिथे संवाद असतो, तिथे संस्कृती नांदत असते,' संवादाचं हे व्रत घेऊन डॉ. महावीर पांढरे यांनी 'संवाद ज्येष्ठ नागरिकांशी' या नावानं जे अक्षरलेणं साकारलं आहे, त्याबद्दल त्यांचं मनापासून अभिनंदन करतो.

खरं तर साठीनंतरचं वाढतं वय शारीरिक आणि मानसिक तक्रारी वाढवणारं असतं. अशा वयात आधाराला काठी घ्यावी लागते; पण आपल्या माणसांना मायेचा आधार आणि धीर देण्यासाठी पांढरे यांनी हाती लेखणी घेतली आहे. यासंदर्भात वि. स. खांडेकर यांचं एक विधान मोठं बोलकं आहे ते असं की, 'लेखणीची काठी घेऊन वैचारिक गस्त घालणं आणि लोकांना सावध करणं हे माझं कर्तव्य आहे.'

आपल्या वाढत्या वयात हीच संवेदनशील समाजचिंतकाची भूमिका घेऊन पांढरे यांची दमदार वाटचाल सुरू आहे, त्यासाठी मी त्यांचं स्वागत करतो. वास्तविक वय वाढणं हा निसर्गधर्म असतो. निसर्गातल्या वेली-झाडं, पशु-पक्षी हेदेखील वयानं वाढत असतात; परंतु त्यांची वाढ आणि माणसाची वाढ यात फरक असतो. पशुपक्ष्यांकडे नसणारी एक गोष्ट माणसाकडे असते. ती म्हणजे पुढच्या पिढीला प्रदान करण्यासाठी ज्ञान, अनुभव आणि संस्कृती.

हजारो वर्षांत चिमणीचं घरटं आणि मुंग्यांचं वारूळ बदललं नाही; परंतु माणसाचे आचार, विचार, घर, भाषा आणि संस्कृती बदलली आहे. त्याचं राहणीमान बदललं. सुधारणा झाल्या आहेत. सुखाची साधनं वाढली. माणसानं ज्ञान आणि अनुभवाच्या बळावर पाण्यापासून वीज निर्माण केली. दगडमातीपासून धरणं बांधली. त्यातून शेतीशिवारं फुलवली. ज्ञान-विज्ञानापासून विद्यापीठं, मोठमोठी हॉस्पिटल्स उभी केली. धनसंपत्तीपासून अर्थमंदिरं सजवली.

ज्ञानाचा संबंध जसा निर्मितीशी असतो, तसा तो संस्कृतीशीही असतो. माणसाला वारसा हक्कानं दोन गोष्टी मिळतात. मातृभाषा आणि दुसरी संस्कृती. संस्कृती परिवर्तनशील असते. पाण्याची वाफ होते. वाफेचे ढग होतात आणि ढग बरसून पाणी देतात. हे निसर्गचक्र मानवी जीवनालासुद्धा लागू पडतं. माणूस हाच संस्कृतीचा निर्माता असतो आणि संस्कृतीच्या संस्कारातूनच माणूस घडत असतो.

समाजातल्या ज्येष्ठ मंडळींकडं सांस्कृतिक सामर्थ्य असतं. हे सामर्थ्य जोपासण्याचं आणि वाढवण्याचं कार्य त्यांच्याबरोबर साहित्यिक, विचारवंत, कलावंतही करत असतात. ते आपल्या प्रज्ञा, प्रतिभेतून, अनुभवातून मानवी जीवनाला उपयुक्त अस विचारधन निर्माण करत असतात.

मानवी जीवन हे महासागरासारखं असतं. या महासागरात दुःखाच्या मासोळी असतात. मोहाच्या मगरी असतात. संकटाचे खडक असतात. सुखदुःखाच्या लाटा असतात आणि या सागराच्या तळाशी शिंपल्यात विचारांचे माणिकमोतीही असतात. ज्येष्ठ लेखक म्हणून महावीर पांढरे यांनी विचारांच्या माणिकमोत्यांना दिलेलं सुंदर कोंदण म्हणजे 'संवाद ज्येष्ठ नागरिकांशी' हे पुस्तक होय.

माणिकमोत्यांना कोंदण देणं हे जेवढं गरजेचं, तेवढंच त्यांचा अंगीकार करणं हेही महत्त्वाचं असतं. मौल्यवान असतं. महावीर पांढरे हे शिक्षक म्हणून सेवानिवृत्त झाले असले, तरी त्यांच्यातला शिक्षक मावळला नाही, थकला नाही, की ध्येयापासून ढळला नाही. लोकशिक्षक म्हणून ते आजही समाजप्रबोधन करत आहेत. आपल्या भारतीय संस्कृतीकोशात गुरूची दोन वैशिष्ट्यं सांगितली आहेत. एक, गुरू ज्ञान देतो आणि दोन, तो संस्कार करतो. गुरूच्या या वैशिष्ट्यांचं सुंदर प्रत्यंतर पांढरे यांच्या पुस्तकात पानोपानी घडतं. खरं तर शिक्षकाचं काम असतं 'काळ्यावर पांढरं करणं.' शिक्षकी पेशाचा तो अविभाज्य भाग असतो; पण हे 'काळेपण' केवळ फळ्यालाच चिकटलेलं नसतं, तर ते माणसाच्या आवतीभोवतीही दाटलेलं दिसतं.

अंधार रंगानं काळा असतो; पण अंधाराला चिरणारी पहाट पांढरी शुभ्र असते. आपली संस्कृती प्रकाश पूजक आहे. 'तमसो मा ज्योतिर्गमय' हा आपल्या संस्कृतीचा मंत्र आहे. 'मला अंधारातून प्रकाशाकडे ने. विकारातून विवेकाकडे ने. असत्यापासून सत्याकडे ने. माझं सारं जीवन प्रकाशमान कर,' अशी प्रार्थना ईश्वराकडं करता करता पुस्तकातून त्यांनी मूल्यविचार पेरला आहे.

अंधार दोन प्रकारचा असतो. एक सूर्य मावळल्यानंतर होणारा अंधार जो निसर्गनिर्मित असतो, तर दुसरा मूल्यं पायदळी तुडवल्यानंतर होणारा अंधार हा मानवनिर्मित असतो. हाच मानवनिर्मित अंधार दूर करण्यासाठी महावीर पांढरे यांचं पुस्तक अंतःकरणात विवेकदीप प्रज्वलित करण्याचं काम करतं. पुस्तकाला आपण

संस्कृतीचं मस्तक मानतो. पुस्तक वृक्षासारखी छाया देतं. मातीसारखी माया करतं. ग्रंथाला जशी पानं असतात, पानांवर शब्दफुलं असतात, तशीच वृक्षालाही पानफुलं असतात. वृक्षाच्या पानाफुलांनी निसर्ग सुंदर होतो, तर ग्रंथाच्या पानाफुलांनी मानवी आयुष्य सुंदर होत असतं. आपण आपट्याच्या पानानं दसरा साजरा करतो. आंब्याच्या पानानं पाडवा साजरा करतो. तसंच ज्येष्ठ नागरिकांच्या तळहाताच्या पानानं अवघं आयुष्य साजरं करता येऊ शकतं. ते कसं साजरं करायचं याचा सुंदर वस्तुपाठ म्हणजे पांढरे यांचं हे पुस्तक होय.

या पुस्तकातलं एकेक प्रकरण वाचत गेलो तरी आपल्या लक्षात येतं की, पांढरे यांनी ज्येष्ठांच्या जीवनाचा किती सखोल अभ्यास केला आहे. आपण पाहतो की, वृद्धांना कुणी सांभाळायचं, त्यांची काळजी कुणी वाहायची, त्यांचं आजारपण कुणी जाणायचं, त्यांच्याशी दैनंदिन संवाद कुणी साधायचा, असे अनेक प्रश्न असतात. मात्र त्यांना कुणाचीच दया नको असते. दयेनं येणारं दुबळेपण नको असतं. आपल्याला कुटुंबात एक वेळ सन्मान नाही मिळाला तरी चालेल; पण तुच्छतेच्या विखारी नजरा त्यांना नको असतात. त्यामुळं लेकराच्या मेहरबानीनं 'घर' नावाच्या तुरुंगात जगण्याची शिक्षा भोगण्यापेक्षा त्यांना वृद्धाश्रम जवळचा वाटतो. वृद्ध मंडळींना जेव्हा आपण आपल्याच कुटुंबात अडगळ झालो आहोत असं वाटत राहतं. तेव्हा त्यांनी एकत्र कुटुंब पद्धतीत कसं वागावं, कोणती भूमिका घ्यावी याचंही सुंदर मार्गदर्शन पांढरे प्रस्तुत पुस्तकात करतात.

'एक हृदयस्पर्शी खटला' या लेखानं पुस्तकाला प्रारंभ होतो. हा लेख वृद्धांविषयीच्या रूढ कल्पनांना, वास्तवाला छेद देणारा आहे. आपल्या जन्मदात्या पित्याला प्रेमानं सांभाळण्यासाठी भावंडामध्ये चाललेली चढाओढ पाहिली की संस्कृतीचा गौरव झाल्याचा आनंद वाटतो. आजही समाजामध्ये 'मातृदेव भवः, पितृदेवो भवः' हा मंत्र जपला जात असल्याचं पाहून अभिमान दाटतो. लेखकानं पित्यालाच परमेश्वर मानण्याची ही घटना प्रारंभीच्या प्रकरणांमध्ये समर्पक शब्दांत मांडली आहे, तर 'मातोश्री वृद्धाश्रम योजना' या लेखात महाराष्ट्र शासनातर्फे चालवल्या जाणाऱ्या वृद्धाश्रमांची नावं आणि पत्तेही दिले आहेत.

वृद्धांना वृद्धाश्रमात जावं लागणं हा आपल्या संस्कृतीचा पराभव आहे का? यावर बरीच चर्चा होऊ शकते. मात्र सगळेच प्रश्न चर्चेनं सुटत नाहीत. अशावेळी प्राप्त परिस्थितीत जगण्याचा पर्याय द्यावा लागतो. आजच्या चौकोनी कुटुंबामध्ये एक उपद्रवी आणि निरुपयोगी माणूस म्हणून वृद्धांकडं पाहिलं जाणं एकूणच समाजव्यवस्थेला आणि संस्कृतीला घातक आहे. तसं पाहिलं जाऊ नये म्हणून वृद्धत्वाकडं वाटचाल करताना ज्येष्ठ नागरिकांनी कोणती दक्षता घेतली पाहिजे. वृद्धत्व शाप न ठरता ते

वरदान कसं ठरू शकेल, वृद्धांच्या समस्यांचं निवारण करण्यासाठी काय करता येईल, अशा प्रश्नांची उत्तरं शोधण्याचा स्तुत्य लेखनप्रपंच लेखकानं आपल्या उतारवयात केला आहे. त्यांनी ज्येष्ठ नागरिकांसाठी सांगितलेली 'सप्तपदी' ही आवर्जून वाचावी अशी आहे. 'ज्येष्ठ नागरिक धोरण' या विषयावरही त्यांनी कालानुरूप चिंतन मांडलं आहे. शिवाय मंत्रिमंडळांनी या धोरणाला मान्यता दिलेली आहे.

एकूणच वृद्धांचं वर्तमान जीवन, उद्याचं भविष्य आणि सांप्रत निरोगी आरोग्य याच्यावर लखलखीत प्रकाशझोत टाकणारं हे पुस्तक तरुण मंडळींनी आवर्जून वाचलं पाहिजे. तरुण मंडळींनाही एक दिवस वृद्धत्व येणारच आहे. त्यामुळं त्यांची पूर्वतयारी हे पुस्तक करून घेईल. म्हातारपण अधिक सुसह्य आणि आनंददायी होण्यासाठी ज्येष्ठ नागरिकांनी हे पुस्तक नुसतंच वाचण्यापेक्षा त्याचं सामुदायिक पारायण केलं पाहिजे. तरुण पिढीनं हे लक्षात घेतलं पाहिजे की, वृद्धांच्या अंगावरच्या सुरकुत्या या मृत्यूच्या रेघोट्या नसतात, तर त्या अनुभवसंपन्नतेच्या रेषा असतात. त्या रेषांमधून आपल्या जीवनाची सुंदर रांगोळी साकार होऊ शकते. वृद्धत्व आजार नसतो, तर तो कुटुंबाचा आधार असतो. घरात लहान मुलं असली की ती भिंतीवर रेघोट्या ओढतात. त्यांच्यामुळे घराच्या भिंती बोलक्या होतात; पण त्याच घरामध्ये वृद्ध आई-वडील सन्मानाने वावरत असतील, तर त्यांच्या संस्कारानी घराच्या भिंती भक्कम होतील. ज्येष्ठ नागरिक मंडळींकडं आदरानं पाहावं असं प्रत्येकाला वाटतं. त्यासाठी पांढरे यांनी वडिलकीच्या नात्यानं पुस्तकात मार्गदर्शक तत्त्वं सांगितलेली आहेत. हा ग्रंथ त्यांनी तळमळीनं लिहिला असून सर्वांसाठी माहितीचा खजिना सादर केला आहे. आपल्या विवेचनाला आधार म्हणून समर्पक संदर्भ दिले आहेत. त्यामुळं या पुस्तकाला संशोधनाचा दर्जा लाभला आहे. लेखकाकडं चिकाटी, सचोटी आणि लिहिण्याची हातोटी या तिन्ही गोष्टी आहेत.

हे पुस्तक म्हणजे 'एकविसाव्या शतकातल्या ज्येष्ठ नागरिकांचं जीवन आणि समस्यांचं निवारणः एक चिकित्सक अभ्यास' या नावाचा प्रबंधच आहे. यातल्या प्रकरणांची शीर्षकं, मुद्देसूद मांडणी आणि निष्कर्ष अभ्यासनीय आणि उल्लेखनीय आहेत. वाचताना काही वेळा तोच तोच भाग पुन्हा पुन्हा येत राहतो; पण एखाद्या गोष्टीचं स्पष्टीकरण देताना तो अटळ असतो. हे पुस्तक सजवण्यासाठी लेखकानं उद्धृत केलेले विचार, सुभाषितं पुस्तकाचं वैभव वाढवतात. पुस्तकात दिलेली ज्येष्ठांविषयीची मंगेश पाडगावकरांची कविता अत्यंत बोलकी आहे,

म्हातारपण हिरवं पान

कधी तरी पिकणारच

पिकलं पान कधी तरी

गळणारच
गळलं पान
मातीला ते मिळणारच
झाड कधी कण्हतं का?
कधी काही म्हणतं का? गिरक्या गिरक्या घेत घेत
नाचत जातं पिकलं पान
तरुण असलो की तरुण असतं म्हातारपण
रडत बसलो की करुण असतं म्हातारपण
येतं म्हटलं की, येऊ लागतं म्हातारपण
घेतं म्हटलं की घेऊ लागतं म्हातारपण

प्रारंभी नमूद केल्याप्रमाणं समाजात जे कवी, लेखक, कलावंत आणि ज्येष्ठ नागरिक असतात, ते आपल्या अनुभवातून, प्रज्ञा-प्रतिभेतून अनमोल विचारधन देत असतात. त्यातून समाजजीवन प्रवाही आणि प्रसन्न होत असतं. तसंच 'संवाद ज्येष्ठ नागरिकांशी' हा ग्रंथ सद्‌विचारांचा अमृतकुंभ आहे.

- प्राचार्य डॉ. यशवंत पाटणे,
सातारा

मनोगत

मी निवृत्तीनंतर एमएसडब्ल्यू करत होतो. त्या दरम्यान 'ज्येष्ठ नागरिकांच्या समस्या' यावर अभ्यास आणि संशोधन करत असताना पाचशे जणांच्या मुलाखती घेऊन प्रश्नावलीची उत्तरं लिहून घेतली होती. हे पुस्तक लिहिण्यापूर्वी पुणे, पिंपरी चिंचवड, मुंबई, सोलापूर, कोल्हापूर, नागपूर, अहमदनगर, उस्मानाबाद, सातारा येथील अनेक वृद्धाश्रमांना भेटी दिल्या. ज्येष्ठ नागरिकांच्या मुलाखती घेतल्या. अनेकांशी संपर्क साधला आणि ज्येष्ठ नागरिक संघात, वृद्धाश्रमात व्याख्यानंही दिली.

'बालपण', 'तारुण्य' आणि 'वार्धक्य' या मानवी जीवनाच्या नैसर्गिक क्रिया आहेत. वार्धक्य ही जीवनातली एक स्थिती आहे. सध्या वृद्धांचे प्रश्न हा साऱ्या जगातला एक महत्त्वाचा, चिंतेचा आणि चिंतनाचा विषय झाला आहे. भारतातही ज्येष्ठ नागरिकांचे प्रश्न ही एक समस्या म्हणून गणली जाऊ लागली आहे. ज्या घरात वृद्ध आई-वडील आहेत ते घर समृद्ध आहे. वृद्ध म्हणजे वयाने, ज्ञानाने, अनुभवानं ज्येष्ठ. वृद्ध म्हणजेच आपला भूतकाळ आहे. त्यांच्याच कष्टांवर आपला वर्तमान उभा आहे. डोकं ठेवावं, नमावं असे पाय घरात हवेतच, तरच डोक्यावर आशीर्वादाचा तळवा टेकतो.

तरुणपणी इतके कष्ट करू, की म्हातारपण मस्त पिकलेल्या फळासारखं गोड होईल. शरीर काळ नियमानुसार म्हातारं झालं, तरी येनकेनप्रकारं मन सतत प्रसन्न ठेवावं, याचं पालन केल्यास येणाऱ्या वृद्धत्वाचा त्रास होणार नाही. वृद्धत्व येणारच आहे, हे लक्षात ठेवलं, तर तारुण्य अधिक सत्कारणी लावता येईल.

हल्ली एकत्र कुटुंबात राहणं शहरात अशक्य होत आहे. त्यामुळं विभक्त कुटुंबपद्धतीचा उगम झाला; पण मुलांचं शिक्षण, घरदार, मुंज यामध्ये आयुष्याची कमाई गमवून बसलेल्यांचं भवितव्य काय?

घरात वृद्ध माणसं टीका करण्याच्या सवयीमुळं नकोशी वाटतात. घर लहान

असल्यामुळं त्यांची अडचण वाटते. त्यांना परिवारात स्थान नसल्यानं त्यांच्याकडं फारसं लक्ष दिलं जात नाही. तसंच आर्थिकदृष्ट्याही परवडत नाही. त्यामुळं वृद्धांची समस्या दिवसेंदिवस गंभीर होत आहे. आयुष्याच्या अखेरच्या पर्वात प्रवेश केलेल्या ज्येष्ठ नागरिकांचा सांभाळ कोण करणार? त्यांच्यातला एकच जण असेल, तर त्याला आधार कुणाचा? हा प्रश्न अनुत्तरितच राहिला आहे. शरीरानं विकलांग झालेल्या, दुसऱ्याच्या मदतीशिवाय हलू न शकणाऱ्या ज्येष्ठ नागरिकांची काळजी कोण घेणार? त्यामुळं वृद्धाश्रम ही सध्याच्या काळाची गरज झाली आहे.

प्राप्त परिस्थितीशी आपण धैर्यानं सामना देऊ शकत नाही. हेच आपल्या दुःखाचं खरं कारण आहे. आपल्या समोर संकटे आली, की हसत मुखानं ती झेलण्यात खरा पुरुषार्थ असतो. जीवनाकडं पाहण्याचा दृष्टिकोन जितका विवेकनिष्ठ असेल त्या प्रमाणात ताणतणावावर मात करणं सुलभ होईल. आपण सुख-दुःखात जपलेली नाती तुटत चालल्यामुळं माणूस माणसात राहिला नाही. जीवनाचं स्वरूप उमजलं की जगण्याचं प्रयोजन कळतं. मग वार्धक्याचा अर्थही समजतो. जीवनात सर्व काही माणसाच्या स्वभावावर अवलंबून आहे. त्यासाठी आपण प्रथम बदललं पाहिजे. समाधान ही संपत्तीच आहे, याचा अंगीकार केला की वृद्धत्व न बोचता ते आनंदानं जगता येईल. जगण्यात मौज आहे, आनंद आहे, तो उपभोगायचा आहे. गंमत आहे, ती करून बघायची आहे, म्हणून जगण्याला अर्थ आहे. आपलं जगणं हसण्यासाठी आहे, रडण्यासाठी नाही. आपलं जगणं प्रगती, उन्नती, विकास, भरभराट, उत्कर्ष करण्यासाठी आहे, निराश होऊन शून्यात बघण्यासाठी नाही.

हसत जगणं आणि जगत असणं ही एक कला आहे. ती सर्वांना जमत नाही, म्हणून अनेक जण चिंताग्रस्त होतात. हसत हसत संकटाशी सामना करणं सर्वांना जमत नाही. खरं तर हसणं हे सर्व प्रकारच्या समस्यांवर रामबाण औषध आहे. शिवाय देवानं ते आपणास मोफत दिलं आहे. जगण्याला प्रयोजन असलं की माणूस आनंदानं जगत असतो. ज्येष्ठ नागरिकांच्या आनंदमय जीवनाचं दर्शन घडवण्याचा आणि प्रत्येकाचं वार्धक्य आनंदमय व्हावं हीच प्रार्थना जगत, 'जगण्यात आनंद आहे' हा कानमंत्र आपणास सांगावा एवढंच प्रयोजन ठेवून हे पुस्तक लिहिलं आहे.

बहुतांशी ज्येष्ठांचा नातवंडाशी संबंध येतो. त्यांच्यातसुद्धा एक मूल दडलेलं असतं. म्हातारपण म्हणजे दुसरं बालपणच असतं. आपली सर्वांची जीवननौका शाश्वत सुख, आनंद, समाधान आणि मनःशांतीच्या किनाऱ्याला लागो ही शुभेच्छा. काही पुस्तकांनी मला प्रेरणा देऊन नव्या वाटा सुचवल्या, हे मी कृतज्ञतापूर्वक नमूद करतो.

– डॉ. महावीर चंद्रनाथ पांढरे

अनुक्रमणिका

एक हृदयस्पर्शी खटला

वयोवृद्ध झालेल्या आई-वडिलांची सेवा करण्यासाठी माझा थोरला भाऊ मला संधीच देत नाही. म्हणून लहान भावानं न्यायालयात मोठ्या भावाविरुद्ध दावा ठोकला. कोर्टात सादर केलेल्या निवेदनात लहान भाऊ म्हणतो की, 'वयाची नव्वद वर्षं पार केलेल्या माझ्या आई-वडिलांना माझ्याकडं सुपूर्द करावं. कारण मीही त्यांचा मुलगा आहे. आई-वडिलांना सांभाळणं हा माझ्याही अधिकार आहे. माझा मोठा भाऊ माझ्या आई-वडिलांची गेली पंचवीस वर्षं अत्यंत उत्तमप्रकारे सेवा करत आहे. सध्या माझा मोठा भाऊही वयस्कर झाला आहे. त्यामुळं आई-वडिलांचा नीट सांभाळ करणं त्याला आता शक्य होणार नाही, तेव्हा इथून पुढं मला आई-वडिलांची सेवा करण्याची संधी द्यावी. आजवर आई-वडिलांचं खूप सारं प्रेम मोठ्या भावाच्या घराला मिळालं आहे. आता माझ्या मुलांनाही आजी-आजोबांचा सहवास लाभला पाहिजे. आम्हाला आमच्या दैवताची सेवा करता आली पाहिजे. माझा मोठा भाऊ अत्यंत मोठ्या मनाचा आहे. त्यानं आई-वडिलांचा अत्यंत चांगला सांभाळ केला आहे; पण आता तोच थकला आहे, तेव्हा मला त्याचीही चिंता वाटते. त्याचीही सेवा मला करायची आहे, म्हणून मला माझे आई-वडील हवे आहेत.'

आई-वडिलांना सांभाळण्यासाठी दोन्ही भाऊ कोर्टात भांडत आहेत, हा विलक्षण आणि अघटित प्रकार आहे. आई-वडिलांना न सांभाळणाऱ्या नालायक पाल्यांच्या गालफडात लावलेली ही जबरदस्त चपराक आहे. हा प्रकार बघून जजसाहेब तर चकितच झाले. आई-वडिलांना वृद्धाश्रमात ठेवणाऱ्यांची संख्या अमाप वाढत असताना तिथं ही श्रावणबाळं कशी जन्माला आली, असा त्यांना प्रश्न पडला असेल. जजसाहेबांना निकाल देता येईना. तेव्हा त्यांनी आई-वडिलांना विचारलं की, 'आपली

काय इच्छा आहे?' त्यावर ते म्हणाले, 'जजसाहेब आपणच सांगा काय ते?' तेव्हा जजसाहेबांनी लहान भावाच्या बाजूनं निकाल दिला. तसा मोठा भाऊ धाय मोकलून रडू लागला. आपण आई-वडिलांना दुरावणार म्हणून त्याला खूप दुःख झालं होतं. धन्य ते आई-वडील ज्यांनी इतके उच्च संस्कार त्या मुलांना दिले.

या कलियुगात आई-वडिलांना मारहाण करणारे, छळ करणारे, पुरेसे जेवण न देणारे, औषध पाणी न देणारे, वृद्धाश्रमात पाठवणारे जन्माला आले आहेत. आई-वडिलांना वृद्धाश्रमात ठेवणारे आयआयटी इंजिनीअर्स, सनदी अधिकारी, नोकरदार, कर्मचारी, उच्चभ्रू डॉक्टर्स आहेत. विशेष म्हणजे मुलांवर संस्कार घडवण्याची जबाबदारी असलेले शिक्षक-शिक्षिका आहेत. या देशात शिकून परदेशात नोकरी करणारे महाभाग आहेत. जे देशसेवा करायची सोडून परकीयांचे नोकरदार झाले आहेत. शिवाय आई-वडिलांनाही विसरले आहेत. जी मुलं परदेशात असतात ते आपल्या आई-वडिलांच्या अंत्ययात्रेलासुद्धा उपस्थित राहत नाहीत. शेतकऱ्यांची, कष्टकऱ्यांची मुलं आई-वडिलांना सांभाळतात; पण ही शिक्षित, उच्चशिक्षित मुलं पार बिघडली आहेत. कृतघ्न झाली आहेत.

वरचा अनोखा खटला बिघडलेल्या मुलांना बोध देणारा आहे. वरच्या खटल्याचा निकाल लागल्यावर जेव्हा लहान भाऊ घरी आला, तेव्हा त्याचा मुलगा, सून, लेकी, नातवंडं या सर्वांनी मिळून त्याची पूजा केली, हे आहेत संस्कार. ज्याची सध्याच्या युवा पिढीला नितांत गरज आहे.

ज्येष्ठ नागरिक एक अभ्यास (प्रश्नावली)

वैयक्तिक माहिती

ज्येष्ठ नागरिकाचे संपूर्ण नाव :

आडनावाने सुरुवात

पूर्ण पत्ता पिनकोड नंबरसह :

जन्मतारीख (अंकात) :

वय वर्ष :

फोन नंबर :

मोबाईल नंबर :

लिंग : पुल्लिंग / स्त्रीलिंग

शिक्षण :

विवाहित/अविवाहित/विधुर :

विधवा/घटस्फोटित

नोकरी / व्यवसाय/धंदा /शेती

केंद्रसरकार/राज्यसरकार/ :

सेमी गव्हर्मेंट/कंपनी/खासगी नोकरीतील हुद्दा

कौटुंबिक माहितीविषयक प्रश्नावली

- आपण किती वर्षें सेवेत होता ?
- आपण स्वेच्छानिवृत्ती घेतली आहे काय ? होय / नाही
- आपला निवृत्तीनंतरचा कालावधी किती वर्षें ?

- आपणास सध्या निवृत्तीवेतन (पेन्शन) मिळते का ? किती ?   होय / नाही
- आपणास इतर उत्पन्नाची साधने आहेत का ?   होय / नाही
- आपण रिव्हर्स मॉर्गेज केलेले आहे का ?   होय / नाही
- आपण सेवेत/नोकरीत असताना कुटुंबाचा/समाजाचा आपणाकडे पाहण्याचा दृष्टिकोन कसा आहे ?

    साधारण/बरा/चांगला/उत्तम/उत्कृष्ट
- आपण सेवेत/नोकरीत नसताना समाजाचा/कुटुंबाचा आपणाकडे पाहण्याचा दृष्टिकोन कसा आहे ?   **साधारण/बरा/चांगला/उत्तम/उत्कृष्ट**
- आपणास कोणता छंद आहे ? असल्यास लिहा.   होय / नाही
- आपणाला समाजसेवेची आवड आहे का ?   होय / नाही
- आपण समाजसेवा करू इच्छिता का ?   होय / नाही
- आपण ज्येष्ठ नागरिक आहात का ? आपले पूर्ण वय लिहा.   होय / नाही
- आपण ज्येष्ठ नागरिक संघाचे सभासद आहात का ?   होय / नाही
- आपले ज्येष्ठ नागरिकाचे ओळखपत्र आहे का ?   होय / नाही
- आपले आधारकार्ड आहे का ?   होय / नाही
- आपले पॅनकार्ड आहे का ?   होय / नाही
- आपले निवडणूक कार्ड आहे का ?   होय / नाही
- आपले रेशनकार्ड/शिधापत्रिका आहे का ?   होय / नाही
- आपले टू व्हिलर लायसन आहे का ?   होय / नाही
- आपले फोर व्हिलर लायसन आहे का ?   होय / नाही
- आपला पासपोर्ट/पारपत्र आहे का ?   होय / नाही
- आपण आपल्या मुलांवर अवलंबून आहात का ?   होय / नाही
- मुलगा आपला सांभाळ करतो का ?   होय / नाही
- मुलगा आपणाकडे लक्ष देतो का ?   होय / नाही
- मुलगा आपली आस्थेने चौकशी करतो का ?   होय / नाही
- मुलगा आपल्याशी सुसंवाद साधतो का ?   होय / नाही
- आपण मुलाला घरखर्चासाठी पैसे देता का ?   होय / नाही
- मुलगा घरखर्चासाठी पैसे मागतो का ?   होय / नाही
- आपणाला मुलाकडे काही अडचण आहे का ?   होय / नाही
  असल्यास लिहा.
- आपणाला काही आर्थिक अडचण आहे का ?   होय / नाही
- आपणाला आत्यंतिक गरजेपोटी मुलाकडून आर्थिक मदत मिळते का ?   होय / नाही

- आपणाला मुलाकडून वैद्यकीय मदत मिळते का ? होय / नाही
- आपण मेडिक्लेम केले आहे का ? होय / नाही
- आपण इंडसहेल्थ केले आहे का ? होय / नाही
- आपण स्ट्रार हेल्थ केले आहे का ? होय / नाही
- आपण आपली आरोग्य तपासणी करता का ? होय / नाही
- किती दिवसांनी/किती महिन्यांनी/वर्षातून एकदा की दोनदा ?
- आपण ॲलोपॅथी/आयुर्वेदिक/होमिओपॅथी / युनानी निसर्गोपचार यांपैकी कोणती पद्धती वापरता ?
- आत्मविश्वासाचा अभाव दिसून येतो का ? होय / नाही
- आपण आर्थिक परावलंबी आहात का ? होय / नाही
- आपण घरातल्या बदलत्या परिस्थितीशी तडजोड करता का ? होय / नाही
- आपण घरात पूर्णपणे अव्हेरलो गेलो आहे असे आपणास वाटते का ? होय /नाही
- मी मुलाकडे नकोसा झालो आहे असे आपणास वाटते का ? होय / नाही
- आपणाला वृद्धापकाळात इतरांच्या मदतीची आवश्यकता आहे का ? होय / नाही
- सध्या मुलाच्या कुटुंबातील आपले स्थान डळमळीत होत चालले आहे असे आपणास वाटते का ? होय / नाही
- वृद्धाश्रम ही काळाची गरज आहे असे आपणास वाटते का ? होय / नाही
- आपण सध्या वृद्धाश्रमात राहता का ? होय / नाही
- आपण घरात संडास/बाथरूममध्ये लघवीला गेल्यावर पाणी टाकता का ? होय / नाही
- आपण घरात संडासला गेल्यावर पाणी टाकता का ? होय / नाही
- आपण घरातील संडास बाथरूम स्वच्छ ठेवण्याचा प्रयत्न करता का ? होय / नाही
- आपण संडासहून आल्यावर आपले हात साबणाने स्वच्छ धुऊन पाय स्वच्छ धुता का ? होय / नाही
- आपण बाथरूम किंवा संडासहून आल्यावर लाईट बंद करता का ? होय / नाह
- आपण जेवणापूर्वी आपले हात साबणाने स्वच्छ धुता का ? होय / नाही
- आपण जेवल्यानंतर आपले हात साबणाने स्वच्छ धुता का ? होय / नाही
- आपण दिवसातून दोन वेळेला सकाळी आणि झोपण्यापूर्वी आपले दात घासता का ? होय / नाही
- आपण आपली नखे दर आठवड्याला कापता का ? होय / नाही
- आपण दर आठवड्याला एकदा, दोनदा दिवसाआड आपली जीभ स्वच्छ करता का ? होय / नाही

- आपण आठवड्यात एक वेळा, दोन वेळा दिवसाआड कोमट पाण्यात मीठ घालून गुळण्या करता का?   होय / नाही
- आपण सकाळी उठल्यावर गरम पाणी/कोमट पाणी आणि लिंबू रस घेता का?   होय / नाही
- आपण महिना किंवा दोन महिन्यात कटिंग करता का? आपण रोज दिवसाआड दाढी करता का?   होय / नाही
- आपण घरी असल्यास सायकलचा वापर करता का?   होय / नाही
- आपण सध्या दुचाकीचा स्कूटर/बाईकचा वापर करता का?   होय / नाह
- आपण घरात किंवा वृद्धाश्रमात दूरध्वनीचा वापर करता का?   होय / नाही
- आपण भ्रमणध्वनीचा/मोबाईलचा वापर करता का?   होय / नाही
- आपण संगणकाचा वापर करता का?   होय / नाही
- आपण आयपॅडचा वापर करता का?   होय / नाही
- आपण इंटरनेटचा वापर करता का?   होय / नाही
- आपण सिटी बसचा वापर करता का?   होय / नाही
- आपण ॲटोरिक्षाचा वापर करता का?   होय / नाही
- आपण एसटीचा प्रवास करता का?   होय / नाही
- आपण रेल्वेचा प्रवास करता का?   होय / नाही
- आपण विमानाचा प्रवास केलेला आहे का?   होय / नाही
- आपण सध्या विमानाचा प्रवास करता का?   होय / नाही
- सध्याच्या वाहतूक व्यवस्थेबाबत आपण समाधानी आहात का?   होय / नाही
- आपले डोक्यावरचे केस पांढरे झालेले आहेत का?   होय / नाही
- आपणाला टक्कल पडलेले आहे का?   होय / नाही
- आपले दात पडलेले आहेत का?   होय / नाही
- आपल्याला दाढेचा, हिरड्यांचा त्रास होतो का?   होय / नाही
- आपण दाताची कवळी बसवली आहे का?   होय / नाही
- आपण कवळीची स्वच्छता करता का?   होय / नाही
- आपले खांदे खाली झुकलेले आहेत का?   होय / नाही
- आपल्या पाठीला पोक आलेला आहे का?   होय / नाही
- आपली हाडे ठिसूळ झाली आहेत का?   होय / नाही
- आपल्या चेहऱ्यावर सुरकुत्यांचे जाळे आहे का?   होय / नाही
- आपण अंध, अपंग, निराधार, विकलांग आहात का?   होय / नाही
- आपणाला संसर्गजन्य आजार आहे का? असल्यास लिहा.   होय / नाही

- आपण पिण्याचे पाणी गाळून पिता का ? — होय / नाही
- आपण पिण्याचे पाणी उकळून गार केलेले पिता का ? — होय / नाही
- आपण पिण्याचे पाणी गरम पिता का ? — होय / नाही
- आपण पिण्याचे पाणी कोमट पिता का ? — होय / नाही
- आपण पिण्याचे पाणी गार पिता का ? — होय / नाही
- आपण जेवल्यानंतर ताक पिता का ? — होय / नाही
- आपणाला कमी ऐकू येते का ? — होय / नाही
- आपण ऐकण्यासाठी मशीनचा वापर करता का ? — होय / नाही
- आपणाला कमी दिसते का ? — होय / नाही
- आपणाला अपचनाचा त्रास आहे का ? — होय / नाही
- आपणाला मलबद्धतेचा, बद्धकोष्टतेचा त्रास आहे का ? — होय / नाही
- आपणाला गॅसचा त्रास आहे का ? — होय / नाही
- आपणाला आम्लपिताचा त्रास आहे का ? — होय / नाही
- आपणाला मानदुखीचा त्रास आहे का ? — होय / नाही
- आपणाला पाठदुखीचा त्रास आहे का ? — होय / नाही
- आपणाला कंबरदुखीचा त्रास आहे का ? — होय / नाही
- आपले पाय दुखतात का ? आपले पाय सुजतात का ? — होय / नाही
- आपणाला गुडघेदुखीचा त्रास आहे का ? — होय / नाही
- आपणाला संधीवाताचा त्रास आहे का ? — होय / नाही
- आपणाला हर्नियाचा त्रास आहे का ? — होय / नाही
- आपले हर्नियाचे ऑपरेशन झाले आहे का ? — होय / नाही
- आपणाला डोळ्याचा त्रास आहे का ? — होय / नाही
- आपल्या डोळ्यातून पाणी येते का ? — होय / नाही
- आपले डोळे सुजतात का ? — होय / नाही
- आपण मोतीबिंदू/काचबिंदूचे ऑपरेशन केले आहे का ? — होय / नाही
- आपणाला चष्मा आहे का ? — होय / नाही
- आपल्या चष्म्याचा नंबर किती आहे ते लिहा.
- आपण फक्त वाचण्यासाठी चष्मा वापरता का ? — होय / नाही
- आपणाला रक्तदाबाचा (ब्लडप्रेशर) त्रास आहे का ? — होय / नाही
- आपणाला मधुमेहाचा (डायबेटीज) त्रास आहे का ? — होय / नाही
- आपणाला दम्याचा (अस्थमा) त्रास आहे का ? — होय / नाही
- आपणाला पक्षाघात झाला आहे का ? — होय / नाही

- आपण पक्षाघाताने त्रस्त आहात का ?   होय / नाही
- आपणाला पार्किसन्सचा त्रास आहे का ?   होय / नाही
- आपल्या हातापायाला कंप सुटतो का ?   होय / नाही
- आपल्या हातापायांना मुंग्या येतात का ?   होय / नाही
- आपली पाठ आणि पोट खाजते का ?   होय / नाही
- आपणाला कर्करोगाचा (कॅन्सर) त्रास आहे का ?   होय / नाही
- आपण केमोथेरपी करता का ? केलेली आहे का ?   होय / नाही
- आपणाला तोंडाचा कॅन्सर झाला आहे का ?   होय / नाही
- आपणाला स्तनाचा कॅन्सर झाला आहे का ?   होय / नाही
- आपणाला गर्भाशयाचा कॅन्सर झाला आहे का ?   होय / नाही
- आपणाला अल्सर झाला होता का ?   होय / नाही
- आपणाला अल्सरचा त्रास आहे का ?   होय / नाही
- आपणाला क्षय (टी.बी.) झाला होता का ?   होय / नाही
- आपणाला सध्या क्षयाचा त्रास आहे का ?   होय / नाही
- आपणाला हार्टॲटक आला आहे का ? किती वेळा ?   होय / नाही
- आपली अँजिओग्राफी झालेली आहे का ?   होय / नाही
- आपली अँजिओप्लास्टी झालेली आहे का ?   होय / नाही
- आपली बायपास झाली आहे का ?   होय / नाही
- आपण स्पेस मेकर बसवला आहे का ?   होय / नाही
- आपणाला हृदयविकाराचा (हर्ट स्ट्रोक) त्रास आहे का ?   होय / नाही
- आपणाला स्मृतिभ्रंश झाला आहे का ?   होय / नाही
- आपणाला नैराश्याची, वैफल्याची भावना येते का ?   होय / नाही
- आपण एकाकी आहात का ?   होय / नाही
- आपणाला साथीदाराची गरज आहे का ?   होय / नाही
- आपण सेकंड इनिंग करू शकाल का ?   होय / नाही
- आपणाला काही व्यसन आहे का ? असल्यास लिहा.   होय / नाही
- आपण तंबाखू/गुटखा खाता का ?   होय / नाही
- आपण दारू पिता का ?   होय / नाही - हातभट्टी/देशी/लिकर
- आपण विडी/सिगारेट पिता का ?   होय / नाही
- आपण चेन स्मोकर आहात का ?   होय / नाही
- आपण दिवसातून किती सिगारेट पिता ? (आकडा लिहा.)
- आपण झोपण्यापूर्वी गरम दूध आणि तूप घेता का ?   होय / नाही

- 'आमच्या वेळी असे होते' या शब्दाचा वापर आपण वारंवार करता का? होय /नाही
- आपण मुला-मुलींमध्ये भेद करता का? होय / नाही
- आपण स्त्री-पुरुष समानता मानता का? होय / नाही
- आपण नेत्रदान करणार आहात का? होय / नाही
- आपण नेत्रदानासाठी फॉर्म भरला आहे का? होय / नाही
- आपण अवयवदान करणार आहात का? होय / नाही
- आपण त्वचादान करणार आहात का? होय / नाही
- आपण देहदान करणार आहात का? होय / नाही
- आपला मेंदू डेड झाल्यानंतर अवयव देणार आहात का? होय / नाही
- आपण इच्छापत्र-मृत्यूपत्र केलेले आहे का? होय / नाही
- मृत्यूनंतर आपले शव जाळणार आहात का? होय / नाही
- मृत्यूनंतर आपले पुरणार आहात का? होय / नाही

✿ ✿ ✿

वृद्धत्वाकडे वाटचाल

व्यक्तीच्या जीवनाचा उत्तरार्ध म्हणजे 'वृद्धापकाळ' होय, असे स्थूलमानाने म्हटले जाते. हिंदू धर्मानुसार व्यक्तीच्या जीवनात 'ब्रह्मचर्याश्रम', 'गृहस्थाश्रम', 'वानप्रस्थाश्रम' आणि 'संन्यासाश्रम' हे चार आश्रम सांगितले आहेत. यातल्या प्रत्येक आश्रमाचा कालखंड पंचवीस वर्षांचा मानला जातो. गृहस्थाश्रम संपल्यानंतर म्हणजे पन्नास वर्षांनंतर येणारं वानप्रस्थाश्रम ही वृद्धापकाळाची सुरुवात होय. साधारणपणे साठीनंतरच्या व्यक्तींना 'वृद्ध' मानले जाते. वृद्धत्व ही शारीरिक तसंच मानसिक स्थिती आहे. काही व्यक्ती वयाच्या चाळिसाव्या वर्षींही भौतिक जीवनापासून निवृत्त होऊन स्वतःला वृद्ध मानू लागल्या आहेत, तर वयाच्या पासष्टाव्या, सत्तराव्या वर्षींही स्वतःला वृद्ध न मानता उत्साहानं काम करणाऱ्याही व्यक्तीही आढळतात.

वृद्धत्व ही जैवनैसर्गिक प्रक्रिया आहे. सामान्यपणे शीत कटिबंधातल्या लोकांमध्ये वृद्धापकाळाची सुरुवात लवकर झालेली आढळते. वृद्धापकाळ कधी सुरू होतो, यासंबंधी वेगवेगळ्या अभ्यासकांची वेगवेगळी मतं आहेत. पेशीय सिद्धांतानुसार मेंदू, हृदय, स्नायू इत्यादींमधल्या नवीन पेशी तयार होण्याची क्रिया मंदावते, तेव्हा मनुष्याला वृद्धत्व येतं. काहींच्या मते, व्यक्तीमधल्या हायपोथेलामस ग्रंथी क्षीण होतात, तेव्हा अंगातील रोगप्रतिबंधक शक्ती कमी झाल्यानं वृद्धत्व येऊ शकतं. आधुनिक काळात मानसिक ताणतणाव, दूषित वायू, गोंगाट, कुपोषण, धकाधकीची जीवनशैली इत्यादीमुळं वृद्धत्वाची लक्षणे अगदी चाळिशी-पन्नाशीत दिसू लागली आहेत. एलिझाबेथ हरलॉकच्या मताप्रमाणं 'वृद्धावस्था' हे जीवनातलं शेवटचं चरण आहे.'

'इनसायक्लोपिडिया ऑफ सोशल वर्क' यात वृद्धत्वाच्या व्याख्या पुढीलप्रमाणं

केल्या आहेत.

१) व्यक्तीच्या जीवनचक्रातला शेवटचा कालखंड म्हणजे 'वृद्धावस्था' होय.

२) आपलं वय, ज्ञान, अनुभव, परिपक्वता यांच्या आधारे मार्गदर्शन करण्यास समर्थ आहे अशी व्यक्ती 'ज्येष्ठ नागरिक' या संज्ञेला पात्र ठरते.

एलिझाबेथ हरलॉक हिनं वृद्धापकाळाची सुरुवात साठाव्या वर्षांपासून होते, असं म्हटलं असून वृद्धापकाळाचे दोन कालखंड तिनं केले आहेत.

१) ६० ते ७० वर्षांपर्यंतची प्रथमावस्था होय. या अवस्थेत शरीर आणि मन पुष्कळ संतुलित असतं.

२) ७० वर्षांनंतरची द्वितियावस्था होय. या अवस्थेत शरीरात शैथिल्य येतं, विसराळूपणा येतो, विचारशक्तीचा ऱ्हास होत जातो. तसंच अवलंबित्व वाढतं.

भारतीय शासनानंही ६० वर्षांवरील व्यक्तींचा अंतर्भाव 'वृद्ध' म्हणून केलेला आहे.

वार्धक्याकडं पाहण्याचा पाश्चात्त्य आणि पौर्वात्य समाजाचा दृष्टिकोन पूर्णतः वेगळा आहे. पाश्चात्त्य कल्पनेप्रमाणं मृत्यू जीवनाचा शेवट असून वृद्धपणामुळं मरण जवळ येतं. मरणाची भीती वाटते, म्हणून वृद्धत्वाची भीती वाटते. पौर्वात्यांकडं पुनर्जन्म कल्पना आहे. माणसानं मळलेले कपडे टाकून नवे कपडे घालावेत त्याप्रमाणं अमर आत्मा एक शरीर टाकून नवं शरीर धारण करतो ही भावना असल्यामुळं पौर्वात्य मरणाकडं आणि वार्धक्याकडं वेगळ्या दृष्टीनं पाहू शकतात. भारतीय संस्कृतीप्रमाणंच चिनी, इजिप्शियन संस्कृतीमध्ये हाच दृष्टिकोन स्वीकारलेला दिसतो.

वृद्धांचा प्रश्न हा जागतिक प्रश्न आहे. स्त्रिया अधिक जगत असल्यामुळं वृद्धांमध्ये स्त्रियांचं प्रमाण अधिक आहे. भारतामध्ये आरोग्याच्या सोयीत वाढ झाल्यामुळं वृद्धांच्या संख्येत झपाट्यानं वाढ होत आहे, असं दिसून येतं. लोकसंख्येची जसजशी वाढ होईल, तसतसा वृद्धांचा प्रश्न अधिकाधिक जटिल होण्याची शक्यता आहे.

वृद्धांच्या समस्या

वाढतं औद्योगिकीकरण, शहरीकरण, व्यक्तिवादी विचारसरणीचं प्रचलन, व्यवसायातलं विशेषीकरण त्यामुळं होणारं शीघ्र परिवर्तन या सर्वांचा परिणाम कुटुंबपद्धतीवर झाला आहे. विभक्त कुटुंबपद्धतीमुळं मुलांची आबाळ, व्यक्तिवादावर भर त्यामुळं मतभेदांचं प्रमाण वाढून घटस्फोटासारखे प्रश्न निर्माण होऊ लागले आहेत. विभक्त कुटुंबपद्धतीमध्ये वृद्धांचं स्थान नगण्य ठरू लागल्यामुळं वृद्धांचे वेगळे प्रश्न निर्माण झाले.

घराची टंचाई, व्यक्तिस्वातंत्र्याविषयीच्या नव्या कल्पना, शिक्षणाचा वाढता प्रसार, नोकरी व्यवसायातून स्त्रियांचा वाढता वावर, या सर्व गोष्टींमुळं घरातल्या मंडळींचा सांभाळ करण्याची जबाबदारी नाकारण्यात येऊ लागली. आणि यातून वृद्धांचे अनेक प्रश्न निर्माण होऊ लागले.

भारतीय समाजात एकत्र कुटुंबपद्धती अस्तित्वात होती. गृहोद्योग, शेती आणि शेती व्यवसायास पूरक व्यवसाय होते. धर्माचा आणि समाजाचा पगडा असल्यामुळं वृद्धांना कुटुंबामध्ये महत्त्वाचं आणि आदराचं स्थान होतं. ज्ञान आणि अनुभव या बाबतीत वृद्ध व्यक्ती समृद्ध आणि संपन्न असते, असं मानलं जात असे. त्यामुळं ज्ञान संक्रमणाचं कार्य वृद्धांवर बऱ्याचदा सोपवलं जात असे. धार्मिक आणि सांस्कृतिक क्षेत्रातही वृद्ध व्यक्तींना मानाचं स्थान होतं. त्यांच्या कार्यात आणि अधिकारात फरक पडत नसे. आपल्या कुटुंबियांच्या समवेत त्यांचं आयुष्य सुखात जात असे.

वृद्धांचा प्रश्न हा आधुनिक आहे. पाश्चात्त्य देशातल्या वृद्धांची समस्या ही भारतीय समाजातल्या वृद्धांच्या समस्येपेक्षा खूपच वेगळी आहे. भारतीय समाजातही वृद्धांच्या समस्येचं स्वरूप सर्वत्र सारखं आढळून येत नाही. विशेषतः जिथं झपाट्यानं शहरीकरण

झालं आहे. तिथं वृद्धांच्या प्रश्नांचं स्वरूप जटिल, गुंतागुंतीचं आणि गंभीर झालेलं आहे.

मानवी जीवनातली वृद्धावस्था ही जैविकदृष्ट्या अपरिहार्य बाब आहे. वृद्धावस्थेची व्याख्या करताना जैविक घटकांबरोबर सामाजिक घटकांचाही विचार करणं गरजेचं आहे. साधारणपणे साठ वर्षांच्या व्यक्तीला 'वृद्ध' म्हटलं जातं. आधुनिक औद्योगिक व्यावसायिक विशेषीकरण झालेल्या समाजात सर्वांमध्ये निवृत्त म्हणजे वृद्धत्वाची सुरुवात असं मानलं जातं. भारतामध्ये जन्मदर जास्त असल्यामुळं लहान वयोगटातल्या व्यक्तींची संख्या जास्त आहे. त्यामुळं सर्वांना नोकरी, व्यवसाय मिळावा या दृष्टीनं निवृत्तीचं वय पाश्चात्य देशांपेक्षा कमी आहे. मात्र निवृत्तीचा व्यक्तीवर सामाजिक, आर्थिक, मानसिक अशा अनेक प्रकारे परिणाम होतो. त्यामुळं कौटुंबिक आणि सामाजिक आयुष्यात बऱ्याच प्रश्नांना तोंड द्यावं लागतं.

आजच्या यांत्रिक युगात ऐहिक, भौतिक उद्दिष्टांना महत्त्वाचं स्थान आहे. आर्थिक मिळकतीशिवाय व्यक्तीची प्रतिष्ठा नसते. कारण उत्पादन क्षमता आणि कर्तृत्व यावर साधारण मान-सन्मान, सामाजिक स्थान आणि भूमिका ठरतात. त्यामुळं आर्थिक क्षेत्रातून निवृत्त झाल्यावर वृद्धांमध्ये एक प्रकारची न्यूनगंडाची, कमीपणाची भावना निर्माण होते. याचा त्यांच्या व्यक्तिगत, कौटुंबिक, सामाजिक आयुष्यावर विपरित परिणाम होतो. घरातदेखील पूर्वी इतकं मानाचं स्थान राहीलच असं नाही. शिवाय पूर्वीचं राहणीमान टिकवणं कठीण जातं. ज्या व्यक्तींना वृद्धत्वासाठी तरतूद करून ठेवणं जमलेलं नसतं, त्या व्यक्तींना कुटुंबियांवर अवलंबून राहणं भाग पडतं. त्यामुळं मानसिक ताण-तणाव वाढत जातात. वृद्ध स्त्री-पुरुष कोणीही असो वयाच्या साठीनंतर आर्थिक, शारीरिकदृष्ट्या दुर्बल होत जातात आणि त्यांचं परावलंबित्व वाढत जातं.

हल्ली विचारात बरीच तफावत पडलेली असल्यामुळं दोन पिढ्यातलं अंतरही वाढत जातं. लहान घरात राहणाऱ्या व्यक्तींना अनेक प्रकारच्या अडचणी येतात. तरुणांना मोकळीक मिळत नाही. वृद्धांना मान-सन्मान मिळत नाही. त्यांचं घरातील स्थान आणि अधिकार नक्की नसतात. घरात आणि बाहेर धार्मिक सण-समारंभ साजरे करण्यातसुद्धा औपचारिकता असते. कर्मकांड, व्रतवैकल्यं यांचं प्रमाण कमी असतं. त्यामुळंदेखील वृद्ध व्यक्तीचं स्थान तसं गौणच असतं.

महागाईमुळं घरातला कर्ता पुरुष आणि त्याची पत्नी नोकरी-व्यवसायामुळं दिवसभर घराबाहेर असतात. खरं पाहता लहान मुलांचं संगोपन नीट होण्याच्या दृष्टीनं घरात आजी, आजोबा आणि इतर वडीलधारी मंडळी असणं हिताचं असतं. घरात आजी-आजोबा, गप्पा-गोष्टी, गाणी, स्तोत्रं, विविध प्रकारचे संस्कार नातवंडांवर करत असतात. कारण ते लहान-मोठ्यांमधील दुवादेखील असतात. त्यांच्या अभावी पाळणाघरं उदयाला आली. तीन पिढ्यांचं एकत्र वास्तव्य अगदी जरी शक्य नसलं,

तरी घरात आजी-आजोबांचं वास्तव्य हे मुलांच्या सामाजिकीकरणाच्या दृष्टीनं अत्यंत उपयुक्त ठरतं. विविध वयोगटांचे परस्पर संबंध आणि भूमिकांमधला समन्वय या गोष्टी भावी आयुष्यातील समायोजनासाठी मार्गदर्शक ठरतात.

भारतीय कुटुंबात अजूनही थोड्याफार प्रमाणात आजी-आजोबांचं स्थान टिकून आहे. अर्थात भारतीय समाजव्यवस्थेमुळं ते टिकून आहे. धार्मिक सण-समारंभ जरी औपचारिकरित्या साजरे केले जात असले तरी त्या सण समारंभातून होणारे संस्कारांचे ठसे लहान आणि तरुण पिढीवर उमटल्याशिवाय राहत नाही. त्यामुळे थोड्याफार प्रमाणात का होईना भारतीय समाजात अजूनही वृद्ध व्यक्तींना मूलभूत पातळीवर महत्त्वाचं स्थान आहे. फक्त मर्यादित उत्पन्न, जागेची टंचाई, व्यक्तिस्वातंत्र्याच्या कल्पना यामुळं वृद्धांच्या स्थानात पूर्वीच्या स्थानापेक्षा बदल झाला आहे. त्यामुळे वृद्ध आणि तरुण दोघांनाही मूल्याधारित संघर्षाला तोंड द्यावं लागत आहे. आधुनिकीकरणाच्या प्रभावानं प्रस्थापित मूल्यव्यवस्था बदलू लागली आणि पूर्वापार ठरलेली भूमिकांची निश्चिती राहिली नाही. आज कुटुंबहितापेक्षा स्वहित श्रेष्ठ मानलं जाऊ लागलं आहे. आज विभक्त कुटुंबात व्यक्ती आत्मकेंद्रित झाली आहे. त्यामुळं वृद्धांचं स्थान पूर्वी इतकं अधिकाराचं राहिले नाही. आधुनिक युगात कुटुंब लहान होत आहे. त्यामुळं वृद्धांची काळजी घेण्यास कुणीही उरलेलं नाही. निराधार वृद्धांसाठी त्यांची दैनंदिन काळजी आणि कामं करण्यासाठी घरपोच सेवा, बाहेरची कामं करून देण्याची सेवा, आजारपणात काळजी वाहणाऱ्या सेवा इत्यादींची नितांत गरज असते. या समस्या दूर करून सुखावह वृद्धावस्था वृद्धांना प्राप्त व्हावी म्हणून सामाजिक सुरक्षा, आयुर्विमा, पेन्शन, वृद्धाश्रम स्पॉन्सरशिप कार्यक्रम, इस्पितळं, निराधार योजना याद्वारे वृद्धकल्याण सेवा समाजात पुरवली जावी. कारण यामुळं यातूनच वृद्धांच्या समस्यांकडं लक्ष पुरवण्याचं कार्य होतं.

ज्येष्ठांच्या समस्या :

१) मुलं सांभाळत नाहीत.

२) मुलं संपत्तीचा वाटा मागतात.

३) मुलांना फक्त पैशाची भाषा कळते.

४) मुलांना आई-बाप नकोसे वाटतात.

५) मुलांना घरात आई-बापाची अडचण होते.

६) मुलगा-सून हेतूपुरस्सर त्रास देतात.

७) मुलगा-सून जाणीवपूर्वक टोचून बोलतात.

८) मुलगा आई-बापाकडं दुर्लक्ष करतो.

९) मुलगा आई-बापांना किंमत देत नाही.

१०) मुलगा आई-बापाशी वाद-विवाद करतो.

११) शारीरिक

१२) मानसिक

१३) आर्थिक

१४) सामाजिक

शारीरिक समस्या : केस पांढरे होणं, टक्कल पडणं, चेहऱ्यावर सुरकुत्या येणं, चेहऱ्यात बदल होणं, शरीराची अस्थिरता, दात पडणं, कवळी बसवणं, खांदे खाली झुकणं, रोगप्रतिकारक क्षमतेचा कमी होणं, पचनाच्या तक्रारी किंवा समस्या.

मानसिक समस्या : मानसिक शक्तीचा ऱ्हास होतो. विसराळूपणा वाढतो. विधायक शक्ती कमी होते. नवीन गोष्टी शिकण्याची क्षमता कमी होते. समाजाला आपला कोणताच उपयोग नाही, अशी निरुपयोगीपणाची भावना जोपासली जाते. वृद्धापकाळात अनेक मानसिक बदल होतात आणि त्यातून मानसिक समस्या निर्माण होतात.

आर्थिक समस्या : वृद्धावस्थेत कार्यक्षमतेचा ऱ्हास होतो. शारीरिक थकव्यामुळं व्यक्ती सलग काम करू शकत नाही. लवकर थकवा येतो. इतरांच्या मदतीची आवश्यकता असते. या कालावधीत आर्थिक प्राप्ती बंद झाल्याकारणानं वृद्धांच्या जीवनात आर्थिक परिवर्तन होतं. वृद्धांच्या कार्यक्षमतेचा ऱ्हास झाल्यामुळं प्राप्त उद्योगधंद्यात त्यांना कोणतंही स्थान नसतं. वृद्धांना व्यवसायापासून दूर केलं जातं.

सामाजिक समस्या : वृद्धांना एकाकी जीवन जगावं लागतं ही एक सामाजिक शोकांतिका आहे.

वृद्धांना नवीन तांत्रिक क्षेत्रात काम करणं अवघड जातं. मोबाईल, संगणक, इंटरनेट इत्यादी नवीन ज्ञान मिळवून कौशल्य मिळवणं कठीण जातं. त्यामुळं निवृत्ती नंतरच्या काळात त्यांना पेन्शन वा इतर प्रकारची आर्थिक सुरक्षिततेची हमी उपलब्ध करून देणं गरजेचं असतं. तसंच निवृत्तीनंतर येणारी मानसिक पोकळी जाणवणार नाही. अशा प्रकारच्या उद्योगधंद्यात त्यांना काम देणं गरजेचं असतं. अर्थार्जन करत असतानाचे सामाजिक स्थान आणि प्रतिष्ठा निवृत्तीनंतर कमी होते ही जाणीव पुष्कळ वेळा शारीरिक आणि मानसिक क्षमता असणाऱ्या व्यक्तींना वय वर्ष अठ्ठावन्न आणि साठ या वयात निवृत्ती सक्तीची असल्यानं त्यांच्या स्थानाविषयीची आणि प्रतिष्ठेविषयीची पोकळी प्रकर्षानं जाणवते. स्वतःचा व्यवसाय असलेल्या वृद्धांना आपल्या कामाचं स्वरूप बदलून जास्त काळ काम करता येतं. त्यांना अर्थार्जनाशिवाय राहावं लागत नाही. वेळ जाण्याचे साधन त्यांच्याकडे असते.

वरील परिस्थितीचा दुसऱ्या बाजूनं विचार केला, तर असं म्हणता येईल की, वृद्धांनीदेखील नवीन पिढीशी जुळवून घेण्यासाठी आपल्या मतांना आणि विचारांना थोडी मुरड घालून नवीन मूल्यांचं स्वागत केलं पाहिजे. विशेषतः सासू-सुनेच्या संबंधात अशी तडजोड म्हणजे यक्षप्रश्न असतो. सासूनंपण सुनेचा नवीन संसार म्हणून तिला स्वातंत्र्य दिलं पाहिजे. त्याच बरोबरीने सुनेनेसुद्धा कुटुंबाच्या हिताच्या दृष्टीनं सासू-सासऱ्यांचं काही बाबतीत ऐकलं पाहिजे. प्रत्यक्षात मात्र अशा प्रकारची तडजोड आजच्या आधुनिक कुटुंबात अपवादानंच आढळते. आपले अधिकार कमी करून वृद्ध व्यक्तींनी तरुणांवर, म्हणजेच मुलगा आणि सून यांच्यावर जबाबदाऱ्या सोपवल्या पाहिजेत. सासू सतत सूचना करणारी नसावी. योग्य ठिकाणी आणि योग्य वेळीच सूचना करणं योग्य ठरेल. सुनेला सासूच्या सूचना नको असतात; पण सुनेनं सासूचं वय, शिक्षण, अनुभव विचारात घेता योग्य त्या सूचनांचं आवर्जून स्वागतच करावं म्हणजे दोघींमधला संघर्ष कमी होईल. सासऱ्यानं कोणत्याही परिस्थितीत सामंजस्य दाखवल्यास संघर्षाचं कारणच येणार नाही. सासऱ्याचं वय, शिक्षण, अनुभव, प्रगल्भता विचारात घेता त्यांनी दिलेल्या योग्य त्या सूचनांचं आवर्जून स्वागतच मुलानं आणि सूनेनं केल्यास दोन पिढ्यातलं अंतर कमी होऊन संघर्षही कमी होईल अशी आपण अपेक्षा करू या. ज्येष्ठांनीही आपल्या मतावर काही प्रसंगी ठाम न राहता परिस्थितीनुसार बदलावं. थोड्याफार प्रमाणात विचारांना मुरडही घालावी. ज्यांना कुटुंबियांचा आधार नाही, त्यांनी वृद्धाश्रमाचा जरूर आधार घ्यावा आणि त्या ठिकाणी आपलं मन रमवलं पाहिजे. निवृत्तीच्या वेळी मिळालेला प्रोव्हिडेंट फंड, ग्रॅच्युएटी, पेन्शन रक्कम, विमा, युनिट ट्रस्ट इत्यादींच्या रकमा योग्य ठिकाणी गुंतवणं अत्यंत गरजेचं आहे.

'हेल्पएज इंडिया' ही दिल्लीतली सर्वांत मोठी संस्था संपूर्ण देशभरात वृद्धांसाठी मदतकार्य चालवते. इतरही अनेक स्वयंसेवी संस्थांतर्फे गरजूंना मदत करण्यात येते. वृद्धावस्थेतील आर्थिक परावलंबन दूर करण्यासाठी आणि भविष्यकालीन सुरक्षा प्रदान करण्यासाठी प्रतिबंधनात्मक उपाय म्हणून निवृत्तीवेतन आणि भविष्यकालीन निर्वाहनिधीविषयक कायदे आहेत. भारतातल्या सामाजिक सुरक्षितता कार्यक्रमात या सर्व उपाय योजनांचा समावेश झालेला आहे.

समारोप

१) ज्येष्ठ नागरिकांनी कुटुंब प्रमुखाची जबाबदारी मुलांच्या खांद्यावर खुशीनं टाकावी.

२) मुलांनी विचारलं तर त्यांना सल्ला द्यावा. आपण दिलेला सल्ला त्यांनी मानलाच पाहिजे असा हट्ट धरू नये.

३) घरामध्ये लक्ष घालण्याऐवजी समाजकार्यात लक्ष घालावं. आपले छंद आवर्जून जोपासावेत म्हणजे रिकाम्या वेळेचा सदुपयोग होईल.

४) आपल्या ज्ञानाचा, अनुभवाचा फायदा समाजाला व्हावा.

६) आपल्या देशात आरोग्याची स्थिती वाईट होत आहे, हे टाळण्यासाठी पाश्चिमात्यांच्या सवयी दूर ठेवाव्यात. भारतीय संस्कृती जपली, तरच तुमची प्रकृती उत्तम राहू शकेल. पु. ल. देशपांडे म्हणालेत तसं, 'भारतीय संस्कृती रुद्राक्षाची, तर पाश्चात्य संस्कृती द्राक्षाची आहे.'

७) आर्थिक स्थिती समाधानकारक असल्यास आणि शक्य झाल्यास अधूनमधून मुलांना आर्थिक मदत करावी. कारण शेवटी ती आपली मुलं, सुना, नातवंडं आहेत. स्वतःसाठी आवश्यक तेवढं राखून मगच मदत करावी. अशा तऱ्हेनं संघर्ष टाळून, शक्य असेल तेवढी मदत करण्याचा प्रयत्न केल्यास बऱ्याच अंशी वृद्धांच्या समस्या दूर होऊन वृद्धत्वाचा काळ सुखासमाधानानं जगता येईल. आपण किती वर्षं जगलो यापेक्षा कसं जगलो हे अत्यंत महत्त्वाचं आहे.

वृद्धत्व ही अपरिहार्य अवस्था
जरामरण ह्यातून सुटला कोण प्राणीजात।
दुःखमुक्त जगला का रे कुणी जीवनात
- गदिमा

हसत हसत म्हातारं व्हायचं
का रडत रडत म्हातारं व्हायचं?
हे ज्याचं त्यानं ठरवायचं असतं!
- अज्ञात कवी

एकत्र कुटुंबात ज्येष्ठांची भूमिका

आज ज्येष्ठ नागरिकांनी सामाजिक विकास कार्यांमध्ये स्वतःला गुंतवून घेणं आवश्यक झालं आहे. तसंच ज्येष्ठांना सुरक्षित करण्यासठी त्यांना अर्थउत्पादक गटात सहभागी होण्याची संधी दिली पाहिजे. त्यानंतर त्यांच्यावर काही जबाबदाऱ्या टाकल्या पाहिजेत. ज्यामुळे त्यांचा विकास, सहभाग आणि एकात्मता यांचा मेळ साधू शकेल. सध्या ज्येष्ठ नागरिक वार्धक्यामुळं त्यांचे हक्क हरवून बसले आहेत. त्या हक्कांची मांडणी करून समाजानं त्यांना ते प्राप्त करून दिले पाहिजेत. ज्येष्ठांना स्वतंत्रता, सहकार्य आणि सहभागाची संधी, सुरक्षितता, समाधान आणि सन्मान या गोष्टी हक्काच्या स्वरूपात मिळाल्या पाहिजेत.

ज्येष्ठांनी स्वतःच्या कुवतीप्रमाणं कार्यप्रवण, कार्यक्षम, स्वावलंबी आणि उपयुक्त राहिलं पाहिजे. त्यांनी कुटुंबातल्या इतरांबरोबर सुसंवाद साधून ज्ञान, कौशल्य, अनुभव आणि मूल्यं यांची देवाणघेवाण केली पाहिजे. ज्येष्ठांनी कोणतीही वरचढ भूमिका न स्वीकारता त्यांनी नव्या पिढीच्या टीकेचा संयमानं स्वीकार केला पाहिजे. नव्या पिढीनं शंका घेतल्यास शंकेची शहानिशा करून त्यांनी त्यावर तोडगा शोधायला पाहिजे. ज्येष्ठांनी थोडीशी कळ सोसून, सामंजस्य दाखवून कुटुंबसंस्थेचा डळमळणारा डोलारा सांभाळला पाहिजे. यामुळं विघटन थांबेलच असं नाही; पण किमान त्यांच्या वाटा अरुंद होतील. कोणतंही नातं परस्पर सहकार्य, परस्पर विश्वास, परस्पर संवाद या गुणांनी खुलतं. त्यामुळं वृद्ध आणि तरुण या दोन्ही पक्षांनं परस्परांच्या भूमिका समजून घेऊन संवादाचा आणि चर्चेचा मार्ग अवलंबून घरात शांती, सुख आणि आनंदाची रुजवात करण्यासाठी प्रयत्नशील राहिलं पाहिजे. ज्येष्ठांनी दीर्घ अनुभवातून कमावलेलं शहाणपण आणि सामंजस्य विवेकानं वापरलं पाहिजे.

संस्कार केंद्रांची आवश्यकता

अफाट वेगानं पुढं सरकणाऱ्या विज्ञानयुगात आपण वावरत आहोत. वर्तमानकाळात एकत्र कुटुंबपद्धतीचा ऱ्हास होऊन विभक्त कुटुंबपद्धती उदयास आली आहे. अलीकडं सर्व क्षेत्रात जीवघेण्या स्पर्धा दिसून येतात. स्पर्धा, दूरदर्शन, चित्रपट, सिरिअल, व्हिडिओ, संगणक, गेम इत्यादींचं आकर्षण वाढलेलं आहे. भडक जाहिराती, नवनवीन कपड्यांची विविधता, पादत्राणं अशी अनेक साधनं मुलांना मोह घालतात आणि मुलं नको त्या गोष्टीकडं जास्त ओढली जातात. यात चांगलं काय आणि वाईट काय हे कळणं कठीण होऊन बसतं. शिवाय ते कळेपर्यंत खूपच वेळ निघून गेलेली असते. यासाठी संस्कारवर्ग चालवणं ही वर्तमानकाळाची नितांत गरज आहे.

लहान मुलं ही मातीच्या गोळ्याप्रमाणं असतात. जसा आकार आपण त्याला देऊ तसा आकार ती घेतात. जे जे चांगलं आपण त्यांना शिकवू त्या त्या गोष्टी ते चटकन आत्मसात करतात. बालवयातच संस्कार रुजतात आणि वाढीला लागतात. मोठ्यांबद्दल स्नेह, प्रेम, जिव्हाळा, आपुलकी, आस्था, आदर, नम्रता, विनय ही मूल्यं बालपणापासून रुजली की पुढंही तशीच कायम राहतात. त्यातूनच आई-वडिलांविषयी आदर, प्रेम, गुरूविषयी भक्ती, देशावर प्रीती या मूल्यांचा विकास होऊन व्यक्तिमत्त्वात धैर्य, चारित्र्य, नेतृत्वशीलता या गुणांची जोपासना होऊ लागते. वर सांगितलेल्या प्रत्येक मूल्यांची रुजवात आणि जोपासना करण्यासाठी सातत्यानं कष्ट घेण्याची नितांत गरज असते. उदाहरणार्थ, राष्ट्रप्रेम हा संस्कार रुजवण्यासाठी थोर व्यक्तींची चरित्रं सांगून त्यांचे गुण पटवून देण्याचा प्रयत्न करता येतो. दातृत्व, दानाचं महत्त्व पटवून देण्याकरता कर्ण, शिबिराजा, हरिश्चंद्र, बळीराजा इत्यादींच्या सुरस गोष्टी सांगून त्या मुलांच्या मनावर बिंबवण्याचा प्रयत्न करता येतो.

आपल्याकडं मूल्यशिक्षण हे गोष्टींच्या माध्यमातून दिलं जातं. धन्यासाठी प्राण सोडणारा चेतक घोडा, राणी लक्ष्मीबाईबरोबर कड्यावरून उडी घेणारा तिचा घोडा, धर्मराजाबरोबर स्वर्गारोहण करणारा त्याचा कुत्रा, छत्रपती शिवाजी महाराजांचा इमानी कुत्रा या गोष्टींच्या प्रसंगातून दिसते ती स्वामिनिष्ठा. एकनिष्ठतेचं हे तत्त्व आणि अशी इतर अनेक संस्कारमूल्यं आपण गोष्टींच्या माध्यमातून शिकत आलेलो आहोत. उदाहरणार्थ, वामनाकडून पृथ्वी पादाक्रांत करण्याची शक्ती आणि वृत्ती, परशुरामाकडून मातृशक्ती, रामाकडून मातृ-पितृ प्रेम, बंधुप्रेम, सेवकांविषयी आदर, कृष्णाकडून क्रिया आणि प्रतिक्रिया यावरून कृती करण्याची वृत्ती, रामायण-महाभारतातील गोष्टी, इसापनीतीतल्या गोष्टी, बुद्धाकडून शांती, राणाप्रतापकडून शौर्य, शिवाजी महाराजांकडून राजकर्तव्ये, महिलांबद्दल आदर, देशा-धर्मावरचं प्रेम, संतांकडून समता, लोकमान्य टिळकांकडून स्वराज्याची प्रेरणा, राष्ट्रपिता महात्मा गांधींची अहिंसा, सावरकरांची क्रांती या गोष्टी पारतंत्र्याची शृंखला तोडून स्वातंत्र्याची भक्ती सांगून जातात. अशा अनेक गोष्टींतून आपण अनेक संस्कार शिकत आलो आहोत. हे सर्व गुण गोष्टीरूपानं मुलांच्या मनावर बिंबवले, तर ते चटकन समजतात. नुसतं गोष्टी सांगणंच नव्हे, तर सांगितलेल्या गोष्टी वदवून घेतल्यानं पाठांतर होतं आणि ते संस्कार मनात खोलवर रुजतात. श्लोक, आरत्या, अथर्वशीष, स्तोत्र यांच्या पाठांतरामुळं शब्दोच्चार स्पष्ट होतात. यातून भाषा शुद्धी होते. गोष्टी सांगण्यामुळं मुलांमध्ये सभाधीटपणा येतो. चार लोकांसमोर कसं बोलावं हे समजतं. नेतृत्वाचे गुण वाढीला लागतात. यातूनच पुढील कार्यक्रम ठरवण्याची दिशा मिळू शकते.

आपले राष्ट्रीय सण आणि उत्सव यांची माहिती देऊन ते आपण का आणि कसं साजरे करतो, या मागचा आशय, उद्देश त्यांना समजावून सांगण्याचा प्रयत्न केल्यास संस्काराची रुजवात होऊ शकते. गोष्टीरूपानं नीतिपाठ संस्कारवर्गात द्यावेत. सामान्य ज्ञानाचे धडे शिकवले जावेत. जगातल्या नावीन्यपूर्ण गोष्टींची माहिती, विज्ञानातल्या शोधांची माहिती, त्याबरोबर स्वतःच्या आरोग्याची माहिती, हसतखेळत या संस्कारवर्गात शिकवली जावी. संस्कारवर्गात श्रम, साहस, संयम, वक्तशीरपणा, चारित्र्य, स्वार्थत्याग, पाठांतर, आरोग्याची आवड, गोष्टींतून वाचनाची आवड, व्यायाम आणि त्याचं महत्त्व इत्यादी गोष्टी मुलांना शिकवाव्यात.

विद्यार्थ्यांचा शारीरिक, मानसिक, बौद्धिक आणि नैतिक असा सर्वांगीण विकास होण्यासाठी त्यांच्यावर सुसंस्कार करायला हवे. या संस्कारांचा उपयोग सकारात्मक, होकारात्मक, विधायक विचारसरणी साकारण्यासाठी आणि स्वतःच्या उन्नतीसाठी, तसंच समाजाच्या कल्याणासाठी व्हावा, या दृष्टीनं त्यांच्या चारित्र्याची जडणघडण व्हावी हे या संस्कारवर्गाचं ध्येय असायला हवं.

हे संस्कार वर्ग शनिवारी आणि रविवारी शाळा-कॉलेजात, ज्येष्ठ नागरिक संघाच्या कार्यालयात, सोसायटीच्या कार्यालयात इत्यादी ठिकाणी घ्यावेत.

खरं तर संस्कार वर्ग ही केवळ वर्तमानकाळाची गरज नाही; तर उज्ज्वल भविष्याची पायाभरणी करणारी सक्षम यंत्रणा आहे. त्यामुळंच संस्कार वर्ग चालवणं ही प्रत्येक सुजाण नागरिकाची नैतिक जबाबदारी आहे.

❀ ❀ ❀

निवृत्तीनंतरचा काळ

शासकीय आणि निमशासकीय सेवेत असणाऱ्यांचं निवृत्तीचं वय वर्ष अठ्ठावन्न आणि साठ आहे. मात्र सेवानिवृत्तीनंतरही बरंच आयुष्य उरलेलं असतं. त्या आयुष्यात आपण स्वतःचे छंद जोपासू शकतो. समाजकार्यातही सहभाग घेऊ शकतो.

खरं तर निवृत्तीनंतरचा काळ म्हणजे नव्या पर्वाची सुरुवात असते. दगदग, ताणतणाव मागं सोडून निवांत आणि शांतपणे आयुष्याची मजा लुटायची ही वेळ असते. आतापर्यंत घरासाठी, कुटुंबासाठी, मुलांबाळासाठी कष्ट केलेले असतात. त्यासाठी हौसमौज बाजूला ठेवलेली असते. मात्र निवृत्तीनंतरच्या काळात सुखानं, आनंदानं, समाधानानं जीवन जगण्यासाठी आणि मानसिक, भावनिक आणि आध्यात्मिक विकासासाठी आता भरपूर वेळ मिळू शकतो. तरीही काही जणांच्या आयुष्यात निवृत्तीनंतरच्या काळात अनेक अडचणी आणि आव्हानं उभी राहतात. जसं की हातात पैसा आलेला असतो; पण तो पैसा पुरेसा नसतो आणि वाढलेल्या गरजा कमी करता येत नाहीत. या काळात नवी पिढी आपल्यापासून लांब जाते. आपण कुटुंबात, समाजात एकटं पडलो आहोत अशी रुखरुख काहींच्या मनाला लागून राहते. काही जण नैराश्याला शरण जाऊन फक्त मरणाचा विचार करायला लागतात, तर काही जणांच्या वाट्याला घर, जमीन, खोल्या यांच्या वाटण्याविषयीच्या कुरबुरी सुरू होतात. काही वेळेस वाटणीचे दावे होऊ लागतात.

या सोबतच हेही मान्य करायला हवं की, निवृत्तीनंतर म्हणजे साठीनंतर शरीर कमकुवत झालेलं असतं. त्यामुळेच निरनिराळ्या व्याधी जडतात. डोळ्यांची शक्ती क्षीण होणं, दृष्टी मंद होणं, मोतीबिंदू, काचबिंदू येणं, दात पडायला लागणं, कवळी बसवणं, दात पडल्यामुळं बोलणं अस्पष्ट होऊ लागणं, कमी ऐकू येणं, हाड ठिसूळ होणं, हाडं झिजणं, गुडघे दुखायला लागणं, चालणं हळू होणं, लघवीचा त्रास होणं, कंपवाताची शक्यता असणं, मेंदूची शक्तीसुद्धा विकल होत जाणं, क्वचित होणारा स्मृतीभ्रंश किंवा विसरभोळेपणा, लक्षात न राहणं अशी वार्धक्याची वेगवेगळी लक्षणं दिसू लागतात. वृद्धपकाळात माणसाची शारीरिक ताकद क्षीण होत असल्यानं त्यांची काळजीदेखील लहान मुलांप्रमाणंच घ्यावी लागते म्हणून म्हातारपण म्हणजे दुसरं बालपणच!

आपल्याकडचं दुसऱ्यांना देण्यात आपल्याला निर्भेळ, निरपेक्ष आनंद मिळतो. ही निरपेक्षवृत्ती बाळगून दुसऱ्याकरता झटण्यात, दुसऱ्याच्या आनंदात आपला आनंद मानण्यात निवृत्तीनंतरचं जीवन आनंदमय करण्याचं सामर्थ्य असतं. निवृत्तीनंतर वाचनाचा छंद तुमचं आयुष्य सुखाचं करू शकतो. निवृत्तीनंतर ज्येष्ठ नागरिकांनी ज्ञानशील दृष्टिकोन ठेवून ज्ञानयज्ञ करावा. निवृत्तीनंतरच्या काळातील जीवन स्वास्थपूर्ण आणि समाधानी असणं-नसणं हे शरीर प्रकृती, कौटुंबिक जबाबदाऱ्या, आर्थिक परिस्थिती इत्यादी घटकांवर जितकं अवलंबून असतं, तितकंच ते व्यक्तीच्या मानसिकतेवर अवलंबून असतं. ज्येष्ठत्वाचा सन्मान राखून जगण्यासाठी ज्येष्ठांनी व्यक्तिशः आणि सामूहिकरीत्या प्रयत्नशील असायला हवं. वार्धक्यात अनेक प्रश्न, समस्या असतात; पण काही प्रश्न कालांतरानं आपोआप सुटतात. त्यामुळं मन शांत ठेवून वाचन, मनन, चिंतन आणि लेखन या मार्गाचा अवलंब करावा. निरनिराळ्या कामात, छंदामध्ये, समाजकार्यात स्वतःला झोकून देऊन विविध कामात गुंतवून घेणं गरजेचं आहे.

वार्धक्य हे कोणत्याही समाजात, कोणत्याही काळात स्वागताह नसतं, म्हणून म्हातारपणामध्ये प्रवेश करताना असा कुठलाही विधी समाजानं केल्याचं ऐकिवात नाही. नोकरीतून निवृत्त झालो म्हणजे आपण जीवनाची अर्धी लढाई जिंकलेली असते. आपण सेवेतून निवृत्त झालो, तरी जबाबदाऱ्या संपत नाहीत. निवृत्ती म्हणजे मासिक वेतन पैशातून निवृत्ती, कार्यालयीन कामाची निवृत्ती असली तरी निवृत्ती हा विश्रांतीचा काळ, समाजसेवेचा काळ की निरुपयोगीपणाचा हे ज्यानं त्यानं ठरवावं. निवृत्तीनंतर समाजसेवा केल्यानं जीवनात आनंद मिळवणं शक्य होत असतं. 'म्हातारी माणसं आशेवर जगण्याऐवजी स्मृतीवर जगतात असं अरिस्टाटल यांनी म्हटलं आहे.'

खलील जिब्रान आपल्याला पालकत्वाची जाणीव करून देतानाल म्हणतात, 'तुमची मुलं ही तुमची मुलं नाहीतच, चिरंजीव होण्यास इच्छुक असणाऱ्या जीवनाच्या

उत्कट आकांक्षेची ती मुलं आहेत. तुमच्या देहाच्या वाटेनं जरी ती जन्माला आलेली असली, तरी तुम्ही केवळ निमित्त मात्र आहात. तुम्ही त्यांना आपलं प्रेम द्या; पण विचार देऊ नका. कारण त्यांना आपले स्वतःचे विचार आहेत. तुम्ही त्यांच्यासारखं खुशाल व्हा; पण त्यांना तुमच्यासारखं बनवण्याचा प्रयत्न करू नका. कारण जीवन हे भूतकाळात रेंगाळत नसते. ते नेहमी पुढे जात असते.' इथं जिब्रानला हेच सांगायचं आहे की, नव्या पिढीपुढं भविष्यकाळ असतो, म्हणून आपण ज्येष्ठांनी भूतकाळातच न रेंगाळता भविष्याबरोबर जुळवून घेतलं पाहिजे. निवृत्तीनंतरचं वार्धक्य हे परिपक्वतेचं, ज्ञानाचं आणि अनुभवाचं प्रतीक असतं. जुनं झालं म्हणून सगळंच काही फेकून द्यायचं नसतं किंवा माळावरच्या अडगळीत टाकायचं नसतं, तर जाणीवपूर्वक जपायचं असतं.

म्हातारपणाची काळजी

उमेदीत तारुण्य संपूच नये अशी सगळ्यांची मनापासून इच्छा असते. याउलट वार्धक्य मात्र कुणालाच नको असतं; परंतु निसर्गानं लादलेलं सक्तीचं वार्धक्य स्वीकारण्याशिवाय माणसाला पर्यायच नसतो. वृद्धत्वाची काळजी आणि चिंता अनेकांना भेडसावत असते. मात्र योग्य मानसिकता आणि आरोग्यदायी जीवनशैली अंगीकारल्यास म्हातारपणाचाही आनंद उपभोगता येईल. मनानं तरुण राहिल्यास मन प्रसन्न राहील. तसंच वार्धक्याला तोंड देता येऊन जीवनाचा आनंद लुटता येईल. प्रत्येक दिवस हा आनंदाचा आहे. आनंद हीच फलश्रुती समजण्याची सवय लावून घेणं फायद्याचं असतं. आजचा दिवस, आत्ताचा क्षण, मनमुरादपणे जगायला शिकलं पाहिजे म्हणजे जगणं सुंदर होईल. वय वाढणं, म्हाताऱ्या अवस्थेत जाणं हे एक प्रकारचं जीवनातलं स्थित्यंतर आहे.

ज्येष्ठ नागरिकानं परिस्थितीनुसार मिळतं-जुळतं घ्यायला हवं. आयुष्याची संध्याकाळ आनंदी करायची असेल, तर स्वतःच्या मनोवृत्तीमध्ये आणि स्वभावात बदल करणं आवश्यक ठरतं. सतत आमच्या वेळी असं होतं अशी तुलना करत राहण्यामुळे आणि प्रत्येक गोष्टींवर टीका करण्याच्या सवयीमुळं म्हातारा मनुष्य घरातल्या इतरांना नकोसा वाटतो. घरात संघर्ष, झगडा, कलह, भांडण, वादविवाद होण्यापेक्षा, टोचून बोलणी खाण्यापेक्षा वृद्धाश्रमात राहून सुख, आनंद, शांती आणि समाधानानं राहण्याचा विचार स्तुत्य आणि अनुकरणीय आहे. वृद्धाश्रमात समवयस्क लोकांमध्ये मिळून-मिसळून वाढदिवस, उत्सव आणि विविध कार्यक्रम साजरे करून आनंद मिळवण्यात आगळं समाधान लाभतं. ज्यांना तातडीनं वृद्धाश्रमात राहायला जाणं शक्य नाही त्यांनी भजन, प्रवचन, कीर्तन, योगासनं, प्राणायाम, ध्यानधारणा, हास्यक्लब, चालणं, फिरणं, पूजापाठ, जपजाप्य, वाचन, मनन, चिंतन, लेखन यात आपला वेळ गुंतवल्यास मन

प्रसन्न ठेवण्यास मोलाची मदत होईल. वरील गोष्टी नियमितपणे आनंदानं केल्यास म्हातारपणाचा त्रास होणार नाही आणि काळजीही वाटणार नाही.

म्हातारपणी आपण एकटं राहू शकत नाही. मदतीची गरज असते. वृद्ध नवरा-बायकोचं एकमेकांशी पटत नसलं, तरी या वयात भांडणं आणि वादविवाद यांचा दोघांच्याही प्रकृतीवर परिणाम होऊन परिस्थिती अधिक अडचणीची होऊ शकते. त्यामुळं भांडणं टाळण्याचा आवर्जून प्रयत्न करावा. दोघांपैकी एकानं शांतपणे घेतलं तरी वाद वाढत नाहीत. या वयात प्रकृतीच्या नित्याच्या तक्रारी सुरू होतात. थकलेले अवयव, तोंडाचं बोळकं, एकटं वाटणं, उदास वाटणं, नैराश्य येणं, दुर्लक्षित केल्यासारखं वाटणं, सतत चिडणं, हेकेखोर होणं, निद्रानाश जडणं, विस्मरण होणं आणि नानाविध आजार यामुळं खाण्यावर बंधनं येतात. या सर्व परिस्थितीचा सर्वांगानं विचार करून जास्तीतजास्त विश्रांती घेणं या वयात अत्यावश्यक होऊन जातं.

म्हातारपणात शरीराच्या तक्रारीसोबत संपत्ती वाटपाबाबतही विशेष काळजी घ्यावी लागते. संपत्ती स्वकष्टानं मिळवली असेल तर तुम्ही इच्छापत्र तयार करून तुम्हाला योग्य वाटेल त्याप्रमाणं वाटणी करू शकता. वारसा हक्कानं वाड-वडिलांकडून आलेली संपत्ती तुम्हाला मुला-मुलींमध्ये समान वाटणी करूनच द्यावी लागेल.

याशिवाय कुणी नेत्रदान, देहदान करणार असल्यास फॉर्म भरून घरातील सर्वांना किंवा वृद्धाश्रमातील कार्यालयात त्याबाबत सूचना देऊन ठेवणं आवश्यक असतं. म्हातारपणी सामाजिक कार्य केल्यास आनंदानं जगता येईल. देवधर्म करत, देशभ्रमण करत आनंदी राहिल्यामुळं या वयातही आजार तुमच्याजवळ येणार नाही.

✳ ✳ ✳

म्हातारपणातलं नैराश्य

नैराश्य कोणत्याही वयात येऊ शकतं. कारण अलीकडं ऐन तारुण्यात नैराश्यानं घेरलेले लोक भेटतात; परंतु तारुण्यात जगण्याची, काही करून दाखवण्याची उर्मी असल्यामुळं असे लोक नैराश्यावर मात करू शकतात. मात्र वृद्ध व्यक्ती त्यातून पटकन बाहेर पडू शकत नाही.

एकविसाव्या शतकात पन्नास ते साठ टक्के वृद्धांना कुठल्या ना कुठल्या प्रकारचा मानसिक आजार आहे. ज्यांचं वय साठ ते सत्तर वर्षांच्या दरम्यान आहे, अशा सत्तर टक्के लोकांना विविध प्रकारचा मानसिक त्रास आहे. यात स्त्रियांची संख्या पुरुषांपेक्षा दुप्पट आहे. नैराश्य हा वृद्धांचा अतिमहत्त्वाचा शत्रू आहे.

ज्येष्ठांमध्ये आढळणाऱ्या नैराश्याची कारणं :

१. शारीरिक आजार, अपंगत्व.

२. मधुमेह, कर्करोग या दीर्घकाळ त्रस्त करणाऱ्या व्याधी.

३. जोडीदाराच्या मृत्यूमुळं आयुष्यात निर्माण होणारी पोकळी.

४. व्यवसाय वा नोकरीतून निवृत्तीमुळं आकस्मिक झालेली उत्पन्नातली घट.

५. आधी कधी नैराश्य आलं असेल, तर ते पुन्हा केव्हाही येऊ शकण्याची भीती.

६. मुलं परदेशात अथवा स्वतःपासून दूर राहत असल्यास त्यांच्याकडं लक्ष कोण देणार आणि आपले कसं होईल याची अखंड चिंता.

७. अनावश्यक गोळ्यांचा दुष्परिणाम.

बन्याच वेळा वृद्ध लोक स्वतःला मानसिक त्रास आहे, हे मान्य करायला तयार नसतात. अशावेळी घरच्या लोकांनी, त्यांना नियमितपणे पाहणाऱ्या डॉक्टरांनी खालील लक्षणांवर आपलं लक्ष केंद्रित करावं. म्हणजे वेळीच नैराश्य नावाच्या राक्षसाचा नायनाट करणं सोयीचे होईल.

नैराश्याची महत्त्वाची लक्षणे :

१. कार्य करण्याची एकाग्रता आणि कार्य केल्यानंतर मिळणारं समाधान कमी होणं.

२. आत्मविश्वास कमी होणं, न्यूनगंड येणं.

३. स्वतःला गुन्हेगार समजणं, 'आपण काही कामाचे नाही' ही भावना जागृत होणं.

४. नकारात्मक विचार येणं, भविष्याबद्दल नकारात्मक विचार करणं.

५. स्वतःला इजा पोहोचवण्याचा प्रयत्न करणं किंवा आत्महत्या करण्याचा विचार करणं.

६. झोप कमी होणं.

७. भूक कमी होणं.

नैराश्य टाळण्यासाठी खालील उपाय करावेत.

१. वयोमानानुसार आपलं संपूर्ण चेकअप करून घ्यावं, म्हणजे शरीरात कुठलाही आजार असेल तर त्याचं निदान होऊन त्यावर वेळीच उपचार होऊ शकतील. एकटं राहणं टाळावं. एकटं राहणं अतिशय धोकादायक असतं. यामुळं नकारात्मक विचार येतात. नकारात्मक विचार येऊ न देण्याचा सर्वांत योग्य उपाय म्हणजे स्वतःला व्यस्त ठेवणं.

२. सर्व आजारांची औषधं म्हणजेच ज्या काही गोळ्या-औषधं सुरू असतील. त्या नियमितपणे वेळेवर घ्याव्यात.

३. आपल्या घरी जितक्या काही निमंत्रण पत्रिका येतात, त्या सर्व ठिकाणी जाण्याचा प्रयत्न करावा. ज्यांना जमत नसल्यास दूरध्वनी किंवा भ्रमणध्वनी अथवा पत्रानं संपर्क करून त्यांना आपल्या भावना कळवाव्यात.

४. 'खाली दिमाग शैतान का घर' असं म्हणतात. त्यामुळे ज्येष्ठांनी स्वतःला व्यस्त ठेवावे. व्यस्त राहण्याकरता सकाळी उठल्यापासून रात्री झोपेपर्यंत आपलं वेळापत्रक निश्चित करावं. व्यायाम, योगासनं, प्राणायाम, ध्यानधारणा, हास्यक्लब, भजन, प्रवचन, कीर्तन, देवपूजा, झाडांना पाणी घालणं, वाचन करणं, संगीत ऐकणं, बागेत जाणं, मंदिरात जाणं, नातवंडांसोबत खेळणं, स्त्रियांना घरकामात मदत करणं, नातवंडांना शाळेत सोडणं-आणणं, दूध आणि भाजी आणणं, दळण आणणं. लाईट बिल आणि फोनबिल भरणं, फोन उचलणं,

निरोप देणं किंवा लिहून ठेवणं, घरची बेल वाजली की दार उघडणं, सिलेंडर घेणं, प्लंबिंगचं काम, लाईटचं काम, सुतारकाम करून घेणं, वर्तमानपत्र वाचणं, दूरदर्शन पाहणं, वर्तमानपत्रातली कोडी सोडवणं.

५. शक्यतो कोणतंही काम करण्याचं टाळू नये. कारण थांबला तो संपला. संपायचं नसेल तर थांबू नका.

६. बुद्धीशी निगडित सर्व कामं आठवणीने करणं. उदाहरणार्थ, घरचा, सोसायटीचा, हिशोब लिहिणं.

७. वाढदिवस लक्षात ठेवून आप्तेष्टांना आठवणीनं शुभेच्छा देणं. सणासुदीच्या शुभेच्छा देणं. मेंदूला सक्रिय ठेवून कार्यरत राहणं.

वरील सर्व सूचनांचं पालन केल्यास नैराश्य वृद्धांच्या जवळसुद्धा येणार नाही. शेवटी एका पेल्यात अर्धा पेला पाणी असेल, तर सकारात्मक विचार असलेला गृहस्थ म्हणेल की, 'हा पेला अर्धा भरला आहे' आणि नकारात्मक विचार असलेला गृहस्थ म्हणेल की, 'हा पेला अर्धा रिकामा आहे.' आपण कोणत्या विचारांचे आहोत, हे ज्याचं त्यांं ठरवायचं आहे.

भावनांचा निचरा झाल्यावर नैराश्यावस्थेतून बाहेर पडायला मदत होते.

❋ ❋ ❋

ज्येष्ठ नागरिकांसाठी सप्तपदी

ज्येष्ठ नागरिकांनी पुढील सात सूत्रांचा आपल्या रोजच्या जीवनात अवलंब केल्यास त्यांना जगणं अधिक सहज आणि सोयीस्कर करून घेता येईल.

१. आर्थिक नियोजन
२. वेळेचे नियोजन
३. आहाराचे नियोजन
४. माझं ते तुझं, तुझं ते तुझं.
५. विचारल्याशिवाय सल्ला देऊ नये.
६. मुलाच्या, सुनेच्या, नातवंडांच्या वाढदिवशी भेटवस्तू देणं.
७. मुलांसमोर, सुनेसमोर पैशासाठी हात पसरू नये.

१. आर्थिक नियोजन :

ज्येष्ठ नागरिकांच्या आयुष्यात आर्थिक नियोजन हा अतिशय महत्त्वाचा भाग असतो. आयुष्यातली उमेदीची वर्षं नोकरीत व्यतीत केल्यानंतर निवृत्तीनंतरच्या काळात आर्थिक नियोजनाला अत्यंत महत्त्व आहे. नोकरीत नसल्यामुळं मिळणारं वेतन बंद होतं. वाढतं वय, वाढती महागाई, वाढता वैद्यकीय खर्च आणि मर्यादित उत्पन्न यांची सांगड घालणं कठीण व्हायला लागतं. त्यात अचानक येणारे खर्च याचाही विचार करावा लागतो. आयुष्यभर चांगली मिळकत कमावलेल्या सुमारे साठ टक्के सेवानिवृत्त व्यक्ती सेवानिवृत्तीनंतर काही काळानं परावलंबी जीवन जगत असल्याचं आढळून येतं. सेवानिवृत्ती म्हणजे अचानक आलेली श्रीमंती होय. त्यामुळं आतापर्यंत

करता न आलेले खर्च करण्याची प्रवृत्ती निर्माण होते. उदाहरणार्थ फ्लॅट, अपार्टमेंट, रो-हाऊस, बंगला विकत घेणं, अंतर्गत सजावट करणं, रंग देणं किंवा वॉल पेपर लावणं, वाहन खरेदी करणं, मुला-मुलींचं शिक्षण, मुला-मुलींच्या लग्नासाठी खर्च करणं, गरजेपेक्षा उत्पन्न कमी झाल्यानं बचतीसाठी उत्पन्न शिल्लक राहत नाही. महागाईच्या काळात कसरत सुरू होते. त्यामुळे या खर्चांचा सारासार विचार करून सेवानिवृत्तीनंतर मिळालेल्या धनाचं नियोजन करून गुंतवणूक करणं आवश्यक आहे. पुढील आयुष्यासाठी नियोजनबद्ध आणि नियमित स्वरूपाची गुंतवणूक केल्यानं भविष्यकालीन आर्थिक सुरक्षिततेची बेगमी तर होतेच; पण उत्पन्नस्रोत बंद पडूनसुद्धा सध्याची जीवनशैली तशीच कायम राखता येते. वैद्यकीय खर्चाची तरतूद करणंदेखील महत्त्वाचं आहे. पोस्टाची, बँकेची, विमा योजनेची तरतूद केल्यास नियमित मासिक उत्पन्न मिळू शकेल. कंपन्यातर्फे राबवण्यात येणाऱ्या योजनांचा विचार करावा. शेअरमधील गुंतवणूक अत्यंत जोखमीची असते तरीही याचाही विचार करावा.

ज्येष्ठ नागरिकांनी आपल्या जवळ असणाऱ्या पुंजीची योग्य ती गुंतवणूक करावी. जेणेकरून वयाच्या शेवटच्या टप्प्यात पैशासाठी कुणावर अवलंबून राहू नये. आपण निवृत्त झाल्यामुळं दरमहा येणारं वेतन बंद झाल्यामुळं परावलंबी जिणं सहन करणं आपल्याला बोचत असतं. आपण जास्त संवेदनशील होतो. व्यवहार आणि नातं ही संसाराच्या गाड्याची दोन चाकं आहेत. ती बरोबर चालायला हवीत..

२. वेळेचं नियोजन :

सकाळ-संध्याकाळ चालणं गरजेचं आहे. नाना-नानी पार्कात जाणं, भजन, प्रवचन, कीर्तन, योगासनं, प्राणायाम, ध्यानधारणा यासाठी वेळ द्या. वाचन, मनन, चिंतन करून लेखन करता येईल. आपले छंद जोपासता येतील. समाजसेवा करता येईल. त्यासाठी आपण समाजाचे घटक आहोत याचाही विचार करावा.

३. आहाराचं नियोजन :

जगण्यासाठी खायचं की खाण्यासाठी जगायचं? याचा नक्कीच विचार केला पाहिजे. तसंच आहाराचं योग्य नियोजन करावं. आहारावरच आपलं जीवन अवलंबून आहे, याचा विवेकी विचार करायला हवा.

४. माझं ते तुझं, तुझं ते तुझं :

माझं जे काही आहे ते तुमचंच आहे, हे मुलाला आणि सुनेला पटवून द्यावं. शिवाय तुझं आहे ते तुमचंच आहे. याचीही खात्री करून द्यावी. सर्व मुलांच्या नावं

करण्याऐवजी थोडं हातचं राखून जरूर ठेवावं म्हणजे पुढे पश्चाताप होणार नाही.

५. विचारल्याशिवाय सल्ला देऊ नये :

मुलगा, सून, नातवंडे यांनी विचारल्याशिवाय सल्ला देऊ नये. आणि दिलेला सल्ला मानलाच पाहिजे असा हट्ट किंवा आग्रह धरू नये. यातच आपले हित आहे.

६. मुलाच्या, सुनेच्या, नातवंडांच्या वाढदिवसानिमित्त भेटवस्तू देणं :

आपल्या आर्थिक परिस्थितीनुसार मुलगा, सून आणि नातवंडांच्या वाढदिवसानिमित्त त्यांना भेटवस्तू जरूर द्यावी. कारण जे काही आहे ते त्यांचंच आहे. वाढदिवशी घरात एक प्रकारचं आनंदाचं वातावरण निर्माण होईल.

७. घरातल्यांसमोर पैशासाठी हात पसरू नये :

निवृत्तीनंतर आपण योग्य प्रकारचं आर्थिक नियोजन केल्यास हात पसरण्याची वेळ येणार नाही. पैशासाठी हात पसरल्यास वृद्धाश्रम किंवा वैकुंठ हे दोन मार्ग राहतील.

ही सप्तपदी ज्येष्ठ नागरिकांसाठी योजण्यात आलेली आहे. या सप्तपदीचा अवलंब योग्य तऱ्हेनं केल्यास आपण आपलं जीवन आनंदानं, सुखानं आणि समाधानानं जगू याचा मला विश्वास वाटतो.

आपणच आपलं ओझं दुसऱ्यांच्या खांद्यावर का द्यावं?

आपणच आपलं जीवन फुलवावं,

आपल्या जीवन-पुष्पांच्या सुगंधानं

लोकमनं दरवळून टाकत प्रसन्न चित्तानं जग न्याहाळावं

प्रसन्नतेच्या निर्झरात न्हाऊ घालावं

मातीच्या ठशातून आकार घेतलेल्या माणसाला

आनंदानं जगण्याचा नवा पाठ द्यावा,

याचसाठी इथं ही फुलली पहाट

शब्द सुमनांनी नटलेली...

जीवन आनंदानं जगण्यासाठी आहे, हे लक्षात ठेवलं पाहिजे. जीवननिष्ठा, जीवनसंगीत, जीवनसंस्कार, जीवनतत्त्व, जीवनध्येय, जीवनप्रेम, जीवनगाणं ही आपल्या जीवनाची खरी सप्तपदी आहे.

ज्येष्ठांसाठी साथीदाराची गरज

हल्ली फ्लॅट-अपार्टमेंट संस्कृती आहे. ज्या संस्कृतीमध्ये शेजारच्या दारावरच्या पाटीवरील अक्षरं सोडली तर त्यांच्याबद्दल एकही अक्षर माहीत नसतं. हे माहिती नसणं यालाच संस्कृती मानणं हे सध्या एक नवीन फॅड निघालं आहे. शेजाऱ्यांकडं ढुंकून न पाहणं यालाच 'गुड मॅनर्स' मानलं जात आहे. त्यामुळं एखाद्या ज्येष्ठ नागरिक शेजाऱ्यांच्या सहकार्यानं, आधारानं आपलं उर्वरित आयुष्य जगू शकेल याचा जमाना आता राहिला नाही. एखाद्या ज्येष्ठ नागरिकास घरात घुसून मारहाण करून लुबाडलं, अशा प्रकारच्या वर्तमानपत्रात येणाऱ्या निरनिराळ्या बातम्या वाचून मन खिन्न आणि सैरभैर होतं. तेव्हा खरोखरच ज्येष्ठ नागरिकांना अशा परिस्थितीत आधाराची अत्यंत गरज आहे असं वाटतं.

या शिवाय अलीकडच्या काळात निरनिराळे रोग निर्माण झाले आहेत. मधुमेह, रक्तदाब, हृदयरोग, दमा, संधीवात, पक्षाघात, अल्झायमर, पार्किन्सन, गुडघे दुखी, निद्रानाश असे रोग ज्येष्ठांना घाबरवत असतात. रोज रात्री 'संध्या छाया भिववती हृदया' या काव्यओळी मनात येत असतात. कारण दिवसभर कुठंही भटकलं तरी रात्र मात्र खायला उठते. आजार वाढण्याची भीती वाटते. मग मनात एकेक विचार येऊन हृदयाचे ठोके वाढणारच ना! खरंच, जगावं की मरावं हा एकच प्रश्न काळीज पिटवळून टाकतो, कधी कधी असंख्य यातनांनी गुरफटलेल्या या देहाची लक्तरं मृत्यूच्या काळ्याशार डोहात फेकून द्यावीत आणि एकाच प्रहारात सगळ्याचा शेवट करावा. अगदी गाढ निद्रेच्या अधीन व्हावं. हे विधात्या, ज्यांना जन्म दिला ते जगू देत नाहीत आणि ज्यांं जन्म दिला ते मरू देत नाहीत. या विस्कटलेल्या हाडांचं सापळा घेऊन असहाय म्हाताऱ्यांनी, थेरड्यांनी जायचं तरी कुठं? ओठांवर हसू आणि

काळजात कालवाकालव असंच आयुष्य असतं का?

ज्येष्ठ नागरिक ही सर्वांसमोरची मोठी समस्या झालेली आहे. घर आणि समाजाच्या दृष्टीनं अडचणीचा भाग म्हणजे ज्येष्ठ नागरिक. ज्येष्ठ नागरिक जोपर्यंत सेवेत, नोकरीत असतो, कमावता असतो, चालत-फिरत असतो, स्वावलंबी असतो, तोपर्यंत तो सर्वांनाच हवाहवासा वाटतो; परंतु जेव्हा तीच व्यक्ती परावलंबी होते, तेव्हा त्याला आधार देण्यापेक्षा दुय्यम वागणूक दिली जाते. इतर वेळेस नातवंडांना सांभाळणं, खेळवणं, भरवणं, शाळेत सोडणं-आणणं, दूध-भाजी आणणं, लाईटबिल, फोनबिल भरणं, पोस्टाची, बँकेची कामं करणं यासाठी हक्काचा माणूस म्हणून आपण घरातील ज्येष्ठ नागरिकांची नेमणूकच केलेली असते; पण ज्येष्ठ नागरिकांना स्वतःचं काही आयुष्य, आवडी-निवडी नाहीत का?

वृद्ध व्यक्ती दोन प्रकारे परावलंबी होते :

१) शारीरिकदृष्ट्या व्यवस्थित हालचाल करता येत असली, तरी आर्थिक बाजू कमकुवत असल्यास घरात व्यक्तीचे शारीरिक हाल सुरू होतात. त्यात पुन्हा वयोमानानुसार शरीर हतबल होत असतं.

२) मानसिकदृष्ट्या हतबल झालेल्या व्यक्तीला सोबतीची गरज असते. आपल्या माणसांनी समजून घेण्याची गरज असते. आपला हक्काचा माणूस म्हणजे आपला साथीदार, त्याच्याबरोबर आपण आपल्या मनातील सल बोलून दाखवू शकतो. त्याच्या खांद्यावर डोकं ठेवून किमान मन मोकळं करू शकतो.

विवाहानंतर आपल्या साथीदाराची आयुष्यभर सोबत व्हावी असं प्रत्येक जोडप्याला वाटत असतं; पण नशिबापुढे कुणाचंच काही चालत नाही. जर साथीदार अगोदर साथ सोडून गेला असेल, तर त्याची जागा घेणारं कुणीतरी हवंच. आपल्या मनाची होणारी घालमेल, भावनिक आंदोलनं थांबवण्यासाठी आपल्याला खऱ्या अर्थानं आपलं म्हणणारं कुणीतरी हक्काचं हवं की ज्याच्यासमोर आपण आपल्या भावनांना वाट करून देऊ शकू. अगदी त्यांनी आपल्या प्रत्येक शब्दाला होकार जरी दिला नाही, तरी आपल्याला काय चूक आणि काय बरोबर याची जाणीव करून देणारं कुणी तरी हवंच. आयुष्याच्या प्रत्येक वळणावर आपल्या हातात हात धरून पुढं नेणारा आपला साथीदार जर अचानक दैवानं हिरावून घेतला, तर आयुष्याच्या उतरणीवर आलेल्या गाडीला साथीदारानं साथसोबत केली पाहिजे. त्यामुळं सच्चा साथीदार ही अत्यावश्यक गरज बनली आहे. एकटेपणामुळं आणि जोडीदाराच्या अनुपस्थितीमुळं हळव्या झालेल्या मनाला फुंकर घालणारा, आधार देणारा, शारीरिक दुर्बलतेमुळं म्हातारपणाची काठी म्हणून साथीदाराची नितांत गरज आहे. मन मोकळं

कुठं करणार? घरातल्यांना वेळ नाही. या वयात शारीरिक भुकेपेक्षा मानसिक भूक जास्त लागते. मानसिक गरज भागवण्यासाठी आपल्या वयाचं आधार देणारं कुणी तरी हवंच. म्हातारपण सुखकर होण्यासाठी प्रेमाची आणि एकमेकांना साथ असेल तर आयुष्यातल्या संकटाचा सामना करता येतो. निराधार होऊन रोजच्या मरणकळा सोसणं, एकट्यानं जीवन प्रवास करणं कंटाळवाणं आहे. एखाद्या सहप्रवाशाच्या साथीनं सगळ्या दुनियेची बंधनं झुगारून देऊन हातात हात घालून मार्गस्थ झालो, तर कळणारच नाही ही वाट कधी संपली. स्वतःजवळ पैसा आहे. निवृत्तीवेतन मिळत आहे. स्वतःची मुले आहेत; पण लांब दुसरीकडं राहतात. ते फक्त दूरध्वनीवरून किंवा भ्रमणध्वनीवरून काळजी घेऊ शकतात. अशा प्रसंगी ज्येष्ठांना स्वतःचा जीवनसाथी मिळवून देण्याची गरज निर्माण झाली आहे किंवा त्यांचा जीवनसाथी त्यांनी मिळवल्यास समाजानं त्याला मान्यता दिली पाहिजे.

आतापर्यंत जे अनुभवलं नाही, जे करायचं राहून गेलं ते करण्यासाठी, म्हातारपणाच्या काठीचा आधार बनण्यासाठी, कडू-गोड आठवणींची शिदोरी उघडण्यासाठी, निवृत्तीनंतरचा वेळ आनंदानं घालवण्यासाठी आणि अर्थातच जीवनाची खरी मौज लुटण्यासाठी ज्येष्ठांना मनमोकळ्या साथीदाराची गरज असते.

प्रत्येकाला आपल्या आयुष्याचा निर्णय घेण्याचा अधिकार आहे. आपल्या आवडी-निवडीप्रमाणे त्याला जगण्याचा हक्क आहे. मग ज्येष्ठांना यातून का डावललं जातं? ज्येष्ठांनाही आपल्या आवडी-निवडी असू शकतात. त्यांनाही आपलं म्हणणं कुणाजवळ तरी मांडावंसं वाटतं ना? मग त्यांनी कुणाला आपल्या व्यथा सांगायच्या? घरात मुलाला, सुनेला, मुलीला, जावयाला नातवंडांना सर्वच काही बोलून दाखवता येत नाही. मग इथं मनाची घुसमट होऊन रोज आत्महत्या करण्यापेक्षा त्यांना जर साथीदाराची सोबत झाली, तर त्यांच्याबरोबर इतरांचंही आयुष्य सुखकर होणार नाही का? पण याबद्दल विचार करायला सध्या कुणालाच वेळ नाही. प्रत्येकाला आपापला व्याप आहे. स्वतःच्या खूप समस्या आहेत. त्यात आणखी ज्येष्ठांचं ऐकायचं, त्यांना साथीदार शोधून द्यायचा म्हणजे स्वतःहून एक नवं नातं निर्माण केल्यासारखं होतं. वरील सर्व गोष्टींचा विचार करता मला सुचवावंसं वाटतं ते म्हणजे यासाठी घरातल्या मंडळींनी पुढाकार घेतला पाहिजे. सामाजिक संस्थांनी काही मेळावे अगर उपक्रम राबवले पाहिजेत. ज्यातून फक्त ज्येष्ठांची पुनर्विवाहासाठी नोंदणी करून न घेता त्यांच्या सहली, शिबिरं, स्नेहमीलन मेळावे यांचं आयोजन केलं पाहिजे. ज्यातून एकमेकांबरोबर वारंवार भेटी होऊन, परिचय होऊन ते आपला साथीदार स्वतः निवडू शकतील आणि साथीदार म्हणजे अगदी त्यांनी लग्नच केलं पाहिजे, असं कुठं लिहिलेलं नाही. दोन व्यक्तींच्या चांगल्या मैत्रीला खऱ्या अर्थानं खुलायला वाव

मिळत असेल तर ते चांगलंच. या मैत्रीतल्या मित्र-मैत्रिणीला आपण 'साथीदार' म्हणू शकतो. त्यामुळं संस्थांची भूमिका यात महत्त्वाची ठरू शकते. अशा संस्था पुणे, मुंबई, नागपूर, अहमदाबाद इथं कार्यरत आहेत. सर्वांत महत्त्वाचं म्हणजे ज्येष्ठांनी समाजाची तमा न बाळगता या वयातदेखील स्वतःसाठी जगायचं असतं हे न विसरता आपल्याला हवा तसा, आपल्याला समजून घेऊन निरंतर साथ देणारा साथीदार अवश्य, आवर्जून शोधावा आणि जीवन जगावं ही आजची सामाजिक गरज आहे. कारण प्रत्येक व्यक्तीला मन, मत, भावना आहे. याचाही समाजानं सहानुभूतीपूर्वक विचार केला पाहिजे.

❊ ❊ ❊

सेकंड इनिंग

जोडीदाराच्या निधनानंतर एकाकीपणा जाणवून व्यक्ती एकाकी पडते. त्यामुळं नैराश्य येण्याची शक्यता असते. काहींना मुलं नसतात. काहींची मुलं स्वतंत्र राहतात, तर काहींची मुलं इतर राज्यात नोकरी करतात वा नोकरीनिमित्त परदेशात असतात. काहींची मुले परदेशात स्थायिक झालेली असतात, काहींची मुलं त्यांना सांभाळत नाहीत, त्यांच्याकडं लक्ष देत नाहीत. त्यामुळं अशा एकल ज्येष्ठांनी नव्या जोडीदारासोबत 'सेकंड इनिंग' सुरू करायला काहीच हरकत नाही.

पत्नीच्या निधनानंतर एकटेपणामुळं ज्यांचा वेळ जात नाही, अशा ज्येष्ठ नागरिकांना वाटतं की, आपण सेकंड इनिंग सुरू करावी. म्हणजे एखाद्या प्रौढ विधवेशी किंवा घटस्फोटितेशी विवाह करून पुन्हा संसार सुरू करावा किंवा दोघांनी मिळून वृद्धाश्रमात राहावं. असं केल्यानं स्वतःला आणि त्या स्त्रीलाही आधार मिळेल. परस्पर सहवासात वेळ आनंदात आणि मजेत जाईल.

एकाकीपणा आणि हतबलता वाट्याला आलेल्या, घरातून दुर्लक्ष होणाऱ्या आणि वार्धक्यामुळं परावलंबित्व आलेल्या ज्येष्ठांचा संधीकाळ सेकंड इनिंगमुळं जर सुसह्य आणि आनंददायी होणार असेल, तर काळाच्या ओघात वास्तववादी निर्णय घेणं आवश्यक असून ज्येष्ठांना पुनर्विवाहाचा पर्याय उपलब्ध करून द्यायला हवा.

सेकंड इनिंगमुळं एकाकीपणा संपेल, दोघांनाही एकमेकांचा आधार मिळेल. दोघांमध्ये प्रेमभाव जपला जाईल. दोघांमध्ये सामंजस्य असल्यानं एकमेकांची मनं सांभाळली जातील. त्यामुळे जीवनात सुख, आनंद, शांती आणि समाधान लाभून दोघांचंही स्वास्थ्य चांगलं राहील.

आपलं असं कुणी असावं
आयुष्यातल्या प्रत्येक पायरीवर
आपलं असं कुणी तरी साथीदार असावं
निखळ सोबत अन् प्रयत्नांना प्रोत्साहन देणारं
अडचणीत मार्ग दाखवून हरल्यावर उमेद खचू न देणारं
यशाचं अभिनंदन करून अपयशात पाठी उभं राहणारं
आनंदात सहभागी होत दुःखावर फुंकर घालणारं

जोडीदार / साथीदार

आयुष्याच्या वाटेवर मला मनापासून आपलं मानणारा
निःस्वार्थीपणे माझ्यावर प्रेम करणारा असा माझा साथीदार असावा
आईच्या डोळ्यातलं मातृत्वाचं प्रेम कधीच न विसरणारा तो मातृभक्त असावा
वडिलांच्या आदरासाठी स्व-कर्तृत्वाची भरारी मारणारा तो गरुडपक्षी असावा
निःस्वार्थपणे माझ्यावर प्रेम करणारा असा माझा साथीदार असावा
बायकोच्या प्रेमामध्ये वेडा झालेला तो प्रेमवेडा नसावा
समाजाच्या बांधिलकीसाठी प्रकाश दाखवणारा उजेड तो असावा
जग जोडता येत नाही म्हणून गर्भगळीत झालेला, तो भित्रा ससा नसावा
अनेकांच्या साथीनं स्वर्ग निर्माण करणारा तो कार्यकर्ता असावा
असा माझा साथीदार असावा त्याच्या सान्निध्यात मी स्वतःला विसरावं
माझा मान त्याचा सन्मान व्हावा माझा मान माझा सन्मान असावा
माझ्यावर निःस्वार्थी प्रेम करणारा तो एक जबाबदार प्रेमवीर असावा
असा आणि असाच माझा भावी जोडीदार असावा.

कामजीवन

पुरुष आणि स्त्री या दोघांच्या कामवासनेबद्दलचं 'कामशास्त्र' हे एक वैशिष्टपूर्ण शास्त्र आहे. देहसुखाचा आनंद परस्परांवरचं प्रेम, मैत्री, खेळीमेळीचं वातावरण आणि मुख्य म्हणजे इच्छा या गोष्टींवरच अवलंबून आहे. साद आणि प्रतिसाद दोन्ही उत्कट असले की रात्र सुखात जाते. रात्र आनंदात गेली की दिवस आनंदात जातोच. लैंगिक समाधान हा अगदी व्यक्तिगत असा विषय आहे. असे म्हणतात की, पुरुष लैंगिकदृष्ट्या कधीच म्हतारा होत नाही. वास्तविक कामभावना स्त्री आणि पुरुष दोघांच्याही बाबतीत जीवनभरसुद्धा असू शकते. लैंगिक भावना जीवनभर असली तरी त्याबरोबर त्यातलं उत्कंठतेचं प्रमाण मात्र वयानुरूप कमी होत जातं.

कामभावना ही शारीरिक आणि मानसिक असे दोन्ही पैलू असणारी भावना आहे. जिचा वैयक्तिक आणि सामाजिक जीवनावर परिणाम होत असतो. निवृत्तीनंतरही बरेच स्त्री-पुरुष स्वतःच्या कामजीवनाविषयी उत्साही आणि जागरूक असतात. मात्र निवृत्तीनंतर काम जीवनाकडं बघण्याचा दृष्टिकोन पूर्णपणे बदलू शकतो. कामभावना उद्भवली तर जोडीदाराची साथ न मिळाल्यास कामपूर्ती होणं दुरापास्त होतं. वृद्धापकाळात स्त्रीची कामविषयक मानसिकता बदलते. ती कामुकतेपेक्षा नातवंडांमध्ये अधिक रस घेते. सेक्स हार्मोन्स कमी होणं हे या वयाच्या स्त्रीच्या लैंगिक अनास्थेचं महत्त्वाचं कारण असतं. त्या प्रमाणात पुरुषाचे सेक्स हार्मोन्स कमी होत नाहीत. त्यामुळं पुरुषांनी एड्स आणि इतर लैंगिक आजारांचं प्रमाण वाढणाऱ्या सध्याच्या काळात धंदेवाईक सेक्स टाळावाच. त्याऐवजी हस्तमैथुनाचा निरोगी मार्ग अवलंबवावा. शृंगारिक मनोवृत्ती ठेवल्यास ताण-तणाव कमी होतो.

उतारवयातली कामभावना आणि लैंगिक क्षमता कायम ठेवणं साधारणपणे शारीरिक आणि मानसिक आरोग्य आणि सहचराची कामेच्छा या गोष्टींवर अवलंबून असतं. जसजसं वय वाढतं तसतशी बुद्धिमत्ता आणि मानसिक समज कमी कमी होत जाते आणि या सर्वांचा परिणाम व्यक्तीची लैंगिक क्षमता आणि लैंगिक वागणूक यावर होतो, अशा प्रकारचं संशोधन डॉ. किन्सले यांनी केलं आहे.

कामवासना ही फार मोठी ऊर्जा आहे. तिला योग्य मार्ग मिळाला नाही, तर मन आणि शरीर यामध्ये उलथापालथ होऊ शकते. मनाची एकाग्रता कमी होते, चिडचिड होते आणि त्यातून अल्सर, ब्लडप्रेशर, हृदयरोग असे आजार होऊ शकतात. त्यामुळे वृद्धापकाळातलं कामजीवन या महत्त्वाच्या विषयाबाबत तज्ज्ञांकडून सुयोग्य मार्गदर्शन मिळवणं हिताचं ठरतं.

❊ ❊ ❊

वृद्धत्व : शाप की वरदान

वृद्धत्व हे परिपक्वतेचं प्रतीक आणि ज्ञान, अनुभव, प्रगल्भता यांचा संगम आहे. जुनं झालं, उपयोगाचं उरलं नाही म्हणून सगळंच फेकून द्यायचं नसतं किंवा माळावरल्या अडगळीत टाकायचं नसतं, तर जाणीवपूर्वक जपायचं असतं. आपलं वृद्धत्व घरातल्यांना, शेजाऱ्यांना, नातेवाईकांना, मित्रांना हवंहवंसं वाटलं पाहिजे. ते इतर कोणावरही लादलं जाऊ नये. यासाठी स्वतःचा 'मी'पणा बाजूला ठेवला पाहिजे. हे तत्त्व प्रत्येकानं अंगी बाळगल्यास आपण खऱ्या अर्थानं सुखी होऊ.

वृद्धत्व ही एक अशी अवस्था आहे, जिला भूतकाळ आणि वर्तमानकाळ असतो; पण निश्चित असा भविष्यकाळ नसतो. तेव्हा भूतकाळाला विसरून वर्तमानकाळाला सामोरं जात त्याच्याशी समझोता आणि तडजोड करण्यात शहाणपण आहे.

वास्तविक पाहता निवृत्त होईपर्यंत आपण वेगवेगळ्या परिस्थितीला सामोरे गेलेले असतो; पण नोकरी, धंदा, व्यवसाय यामधल्या प्रवासानं झालेली दमछाक निवृत्तीनं संपते. खऱ्या अर्थानं विश्रांतीचं ठिकाण म्हणजे वृद्धपणाचा काळ होय. पूर्वी एकत्र कुटुंबपद्धती होती. पालक आपल्या पाल्याकडं म्हातारपणाची काठी म्हणूनच पाहत असत. पूर्वी घरात वृद्धांना मानाचं स्थान असायचं. त्यांचा आदर, मानसन्मान व्हायचा. त्यांनी दिलेला शब्द अंतिम मानत असत. त्यांची सेवा आणि पालन व्हायचे. आता परिस्थिती बदलली आहे. स्पर्धा, ताणतणाव, बदलती जीवनशैली आणि प्रत्येक जण पैशाच्या, भौतिक सुखाच्या मागं लागल्यामुळं आत्मकेंद्रितपणा वाढला. परिणामी वेळ नसल्यानं आई-वडिलांकडं दुर्लक्ष होऊ लागलं. त्यांच्या सेवेचा प्रश्न निर्माण झाला आहे. म्हाताऱ्यांची अडचण होऊ लागली. अळावेळी वार्धक्य सुखात जावं असं वाटत असेल तर प्रत्येकानं वृद्धापकाळाच्याआधीच आर्थिक तरतूद केलीच पाहिजे.

करिअर, जास्तीत जास्त पैसा, भौतिक सुख, चंगळवाद, फास्टफूड, व्यसनाधीनता आणि भोगाच्या पाठीमागं लागल्यानं सध्याची तरुण पिढी ज्येष्ठांना वेळ देऊ शकत नाही ही एकविसाव्या शतकातील एक शोकांतिकाच आहे. या परिस्थितीमुळं 'वृद्धाश्रमांच्या संख्येत झपाट्याने वाढ होत आहे. खऱ्या अर्थानं हे सामाजिक प्रगतीचं लक्षण नसून अध:पतन आहे.

पासष्ट वर्षांवरील वृद्ध माता-पित्यांना मुलांनी घराबाहेर काढल्यास तो कायदेशीर गुन्हा ठरणार आहे, असं झाल्यास वृद्धाश्रमात जाणाऱ्यांच्या प्रमाणात घट होईल. आई-वडिलांना सांभाळण्यासाठी शासनाला कायदा करावा लागतो. ही गोष्ट अत्यंत लाजिरवाणी आहे. आर्थिक मदतीसाठी कायद्याचा आधार घेता येईल; पण या वयात स्नेह, प्रेम, माया, आपुलकी, आस्था, सहानुभूती या गोष्टींची गरज असते आणि या गोष्टी कायद्यानं मिळत नाहीत. सोयी विकत घेता येतात, सुख नाही. सुख ही एक अंतर्मनाची अवस्था आहे. आपल्याकडं केलेले कायदे पाळण्यापेक्षा मोडण्यातच आपण भूषण मानतो. पैशानं सर्व काही विकत घेता येईल अशी धारणा, समजूत तरुणांची झालेली आहे; पण या जगात आई-वडील कुठंही विकत मिळत नाहीत. कोणतंही नातं जपण्यासाठी, फुलवण्यासाठी विश्वास, सुसंवाद आणि समजूतदारपणा या तीन सूत्रांचा वापर केल्यास ते नातं आनंदाचं झाड होईल आणि त्याची गोड फळं आयुष्यभर चाखता येतील.

वृद्धत्व हे शरीराला असतं मनाला नसतं. मन प्रसन्न असेल तर मनुष्य वृद्ध होत नाही. त्यामुळं वृद्धानं नेहमी सकारात्मक आणि विधायक विचार करावा. नकारात्मक दृष्टिकोन ठेवल्यास त्यातून नैराश्य येतं, तेव्हा आपण आपल्या निरोगी मनाला वृद्धत्व बहाल करतो. वृद्धापकाळात निरपेक्ष होऊन जगावं. कारण अपेक्षा बाळगणाऱ्यांना नैराश्याला सामोरं जावं लागतं, तेव्हा सर्व ज्येष्ठांनी 'ठेविले अनंते तैसेचि राहावे' हे तत्त्व अंगी बाणवावं म्हणजे दु:खाचे काटे बोचणार नाहीत.

तरुण पिढीनं ज्येष्ठांचं मोठेपण आणि अनुभवातून कमावलेलं शहाणपण मान्य करून त्यांच्या गरजा ओळखून त्यांना खऱ्या अर्थानं भावनिक आधार देण्याची गरज आहे. वृद्धांच्या अनुभवामुळं समाज समृद्ध होतो. वृद्धत्वास शाप म्हणण्यापेक्षा ते तर एका अर्थी समाजासाठीचं वरदानच आहे. वृद्धत्व हे शाप आहे की वरदान आहे, हे आपल्या मानसिकतेवर अवलंबून आहे.

कुठे ना जिवास मायेची ओढ,

नाही वा मुळीही ध्येयाची जोड,

सार्थकता जीवित नाही,

भकास दिशा या दाही,

कशास आयुष्य देवा, इतुके
शतका मागून जाती शतके!

कुसुमाग्रजांसारखा कवी या ओळी लिहीत असताना त्यांच्या डोळ्यासमोर एखादा वृद्ध टक्केटोणपे खात मृत्यूची वाट पाहत बसलेला तर नाही ना? कित्येक वेळा काही शहरी ज्येष्ठ नागरिकांकडून 'Long life is a course' हे वाक्य बरेच वेळा ऐकू येतं. वृद्धत्व हा माणसाला लाभलेला एक शापच आहे आणि मृत्यू हा त्यावरचा उपाय आहे. घरापासून सुरू होऊन स्मशानात संपणारा हा जीवनाचा प्रवास आहे, हे वास्तव मान्य करूनही वृद्धापकाळ आनंदात, सुखात घालवता येतो. त्यासाठी हवी फक्त आशावादी वृत्ती आणि जगण्यावरचं निस्सीम प्रेम!

वृद्धत्व हे वरदानच आहे कारण,
१. ज्येष्ठ नागरिक म्हणजे बुद्धिवंतांची बँक.
२. ज्येष्ठ नागरिक ही अनुभवाची खाण.
३. ज्येष्ठ नागरिक म्हणजे समाजाची संपत्ती.
४. ज्येष्ठ नागरिक म्हणजे विचारांची प्रगल्भता.
५. ज्येष्ठ नागरिक म्हणजे जबाबदारीची जाणीव.
६. ज्येष्ठ नागरिक म्हणजे संवेदनशीलता.
७. ज्येष्ठ नागरिक म्हणजे विवेकाचं शहाणपण.
८. ज्येष्ठ नागरिक म्हणजे सामंजस्याचा आधार.
९. ज्येष्ठ नागरिक म्हणजे नियोजनाची दूरदृष्टी.
१०. ज्येष्ठ नागरिक म्हणजे समाजहिताची कळकळ.

वृद्धाश्रम : एक सकारात्मक दृष्टिकोन

सध्या तरी समाजात दिवसेंदिवस वृद्धाश्रमांची गरज वाढत चालली आहे. काळ बदलल्यामुळं, दोन पिढ्यांमध्ये मानसिक आणि वैचारिक अंतर पडल्यामुळं, समंजसपणाचा अभाव असल्यामुळं तरुणांचे आणि वृद्धांचे मतभेद होऊ लागले आहेत. शिवाय राहायला अपुरी जागा, अपुरा पैसा, धावपळीचं जीवन, मुलाशी-सुनेशी पटत नसल्यामुळं, तरुणांना वृद्ध डोईईजड झाल्यानं, बदलती जीवनशैली, मुलं परराज्यात, परदेशात असल्यानं आणि आई-वडिलांनी पाल्यांसाठी केलेल्या कष्टांची जाणीव मुलांना नसल्यामुळं या आणि अशा विविध कारणांनी वृद्धाश्रमांची गरज भासू लागली.

आई-वडिलांपैकी एकाचं निधन झाल्यास मागं राहिलेल्या व्यक्तीस घरात मुलगा, सून, नातवंड असूनही कमालीचं एकाकी वाटतं. त्या व्यक्तीस स्वतःचं अस्तित्व एखाद्या निर्जीव वस्तूप्रमाणं वाटतं. त्यातून शक्यतो बोलायचं नाही. सहज काही सांगायचं नाही. घरच्यांनी काही विचारलं तरी शक्यतो दुर्लक्ष करायचं. अशा प्रकारे भावनिक ओलाव्याचा संपूर्ण अभाव, प्रकृतीच्या तक्रारी, एकटेपणा, घरातून होणारं दुर्लक्ष या कारणामुळं वृद्धाश्रमात जाण्याशिवाय इतर कुठला पर्याय अशा एकल व्यक्तीकडं उरत नाही.

वृद्धाश्रम म्हणजे वृद्धांची काळजी घेणारं ठिकाण. जिथं वेळेवर दूध, चहा, कॉफी, अल्पोपहार, दोन वेळा जेवण, रोजची वर्तमानपत्रं, ग्रंथालय, आरोग्याच्या सुविधा, योग्य मार्गदर्शन आणि सेवा करणारी व्यवस्था असल्यामुळं घरासारखंच वाटतं. या सगळ्या पूरक सुविधांमुळं वृद्धाश्रमाला इंग्रजीत 'ओल्ड एज होम' म्हणतात. एकंदरीत वृद्धांना आधार वाटणारा वृद्धाश्रम हा एक पर्याय आहे.

वृद्धाश्रमात सकारात्मक दृष्टीनं आणि भावनेनं जाणं अगत्याचं असतं. वृद्धाश्रमात राहण्यासाठी खर्च येतो; पण त्या मोबदल्यात मनाजोग्या सर्व महत्त्वाच्या सोयी-सवलती मिळतात. वृद्धाश्रमात वृद्ध आपल्या मर्जीनं येण्याचं प्रमाण अलीकडं वाढलंय ही एक चांगली बाब आहे. कारण इथं राहणाऱ्या सर्व वृद्धांना मदतनीसांची मदत मिळते. वृद्धाश्रमाकरता आपल्या आवडीचं काम करणं, एकमेकांचा वाढदिवस साजरा करणं, इतर वृद्धाश्रमांना भेटी देणं, सहली यांचं नियमितपणे आयोजन केलं जातं. 'साठी बुद्धी नाठी झाली' असं म्हणण्यापेक्षा वाचन, मनन, चिंतन करत आत्मचिंतन करायला वेळ मिळतो.

वृद्धाश्रमात राहणारे समवयस्क असल्यामुळं एकमेकांचे अनुभव ऐकण्यात, एकमेकांशी गप्पा मारण्यात त्यांना रस वाटतो. सर्व जण जुना काळ पुन्हा जगतात. त्या वेळच्या आनंदाचा पुनःप्रत्यय घेतल्याने सर्वांचं मन रमून जातं. प्रसन्न होतं आणि मन प्रसन्न राहणं हेच तर आपल्या सर्वांच्या आयुष्याचं ध्येय असतं. वृद्धाश्रमाचा हा अर्थपूर्ण फायदा आहे. घरी सुनेला वृद्ध सासू-सासऱ्यांसाठी वेगळा स्वयंपाक करावा लागतो. पथ्यपाणी, आवडी-निवडी सांभाळणं अवघड असतं. यामुळं सुनेला मानसिक त्रास होऊन ती चिडचिड करण्याची शक्यता असल्यानं घरातलं वातावरण बिघडल्याचा दोष वृद्धावर येतो. शिवाय घरी वृद्धांची इच्छा पुरी न झाल्यानं आणि त्यांच्याकडं दुर्लक्ष झाल्यानं वृद्धांनी वृद्धाश्रमात राहणंच चांगलं. कारण तिथं वेळेवर चहा-पाणी, नाश्ता, जेवण असल्यानं सोय होते. गप्पा, चर्चा, भाषणं, व्याख्यानांमुळं एकमेकांना दिलासा मिळतो, आधार मिळतो. शिवाय वैद्यकीय सेवा उपलब्ध असल्यानं शारीरिक समस्या, आरोग्याच्या तक्रारी कमी होतात. आजारपणात घरातल्यांना लक्ष देण्यास वेळ नसतो. म्हणून वृद्धाश्रम हा वृद्धांचा फायदाच आहे.

एकत्र कुटुंबात वृद्धांना मुलांचा, तरुणांचा धांगडधिंगा, मोठ्या आवाजातला टीव्ही, गाणी, गप्पा, हसणं-खिदळणं यांचा त्रास होतो. वृद्ध वृद्धाश्रमात गेल्यास हे संभाव्य प्रसंग टळतात आणि दोन्ही पक्षांना मनःस्वास्थ्य लाभतं. वृद्धाश्रमातले रहिवासी संपन्न आर्थिक परिस्थितीतून आलेले असल्यानं वृद्धांची मनःस्थिती बिघडायला वाव मिळत नाही. वृद्धाश्रमातल्या ज्येष्ठांचा वेळ मजेत जातो, त्यासाठी गप्पा हा चांगला अनुभवच असतो. सर्वांना आपापले अनुभव सांगण्याची संधी मिळते. मनाच्या मोकळेपणासारखं दुसरं रामबाण औषध नाही. म्हणून रोजचा दिवस 'बोनस' म्हणून साजरा करावा. वृद्धाश्रमात आपल्या हातून एखादी चूक झाल्यास ती दुसऱ्यानं निदर्शनास आणल्यावर त्याच्यावर न रागवता आपल्या चुकीची माफी मागावी. यामुळं दोन गोष्टी साध्य होतात. पहिली ती चूक सहसा परत घडत नाही आणि दुसरी गोष्ट म्हणजे मनात कोणताही किंतू राहत नाही.

वृद्धाश्रमात वृद्धांची मुख्य गरज मानसिक समाधानाची असते. ती घरात न भागल्यामुळं वृद्ध वृद्धाश्रमात जातात. वृद्धाश्रमात वृद्धाची आस्थेनं चौकशी झाल्यानं त्यांना मानसिक समाधान लाभतं. वृद्धाश्रमात नवनव्या गोष्टी शिकता येतात. छंद जोपासता येतात. वृद्धाश्रमात प्रार्थना, भजन, प्रवचन, कीर्तन, भाषण, व्याख्यान, चर्चा, परिसंवाद, गायन, वादन, हास्यक्लब इत्यादी कार्यक्रम उपलब्ध होऊ शकतात. विशेषतः वर्तमानपत्रं, साप्ताहिकं, पाक्षिकं, मासिकं, दिवाळी अंक तसंच ग्रंथालयातल्या पुस्तकांचा आस्वाद घेता येतो.

वरील सर्व गोष्टींचा विचार केल्यास वृद्धाश्रमात राहणं हे फायद्याचं आहे, तेव्हा वृद्धाश्रमाकडं सकारात्मक दृष्टिकोनातूनच पाहायला हवं. बदल समाजाच्या जिवंतपणाचं लक्षण मानलं जातं.

वृद्धांनी वृद्धाश्रमात जाताना आपली मानसिक तयारी केल्यास त्यांचं वास्तव्य सुसह्य होऊन त्यांना आनंदच मिळेल. वृद्धाश्रम हे आपलं दुसरं घर मानलं, तर ते अधिक सुखकारक होईल. सध्याच्या दृष्टीनं वृद्धाश्रमांचा आणखी एक फायदा म्हणजे सहकुटुंब राहण्याची हॉटेलपेक्षा स्वस्तातली सोय हे होय. कोणतेही बिल भरण्याची आणि वस्तू आणण्याची कटकट नाही. मी माझ्याकडून दुसऱ्याला उपद्रव होईल, असं वागणारच नाही असं जर प्रत्येकानं ठरवलं, तर छान वातावरण तयार होईल. त्यागातच भोगाचं सुख मानायला शिकायला हवं म्हणजे प्रत्येकाला वृद्धाश्रम हा स्वर्ग वाटेल.

❁ ❁ ❁

वृद्धाश्रम : वास्तव आणि गरज

नागरी भागातून एकत्र कुटुंबपद्धती जवळजवळ नष्ट झालेली आहे. मुले-मुली नोकरी-करिअरच्या निमित्तानं घराबाहेर पडल्यामुळं विभक्त कुटुंबपद्धती निर्माण झाली. शहरात राहती जागा लहान असल्यामुळं जागेची टंचाई भासू लागली. त्यामुळं वृद्धांच्या रहिवासाचा प्रश्न निर्माण झाला. अजूनही 'घर' नावाची एक गोजिरवाणी संस्था टिकून आहे. मात्र तिथं पूर्वीसारखी वृद्धांच्या शब्दांना किंमत राहिलेली नाही. आताच्या पिढीला फक्त पैशांचीच भाषा कळते. अर्थात याला काही ठिकाणी अपवादही असू शकतो. अजूनही काही मुलांना स्वत:च्या आई-वडिलांना वृद्धाश्रमात ठेवण्याची लाज वाटते. त्याचं कारण आपली भारतीय संस्कृती वडिलधाऱ्यांचा आदर करावा, त्यांची नि:स्वार्थी मनानं सेवा करावी या तत्त्वावर बेतलेली आहे.

मुलं महानगरात दुसरीकडं राहतात. काही जण परदेशात नोकरीसाठी, करिअरसाठी गेल्यामुळं वृद्धांनी वृद्धाश्रमात राहण्याची मानसिकता तयार केली पाहिजे. आजारी असणाऱ्या, एकल व्यक्ती असणाऱ्या वृद्धांसाठी वृद्धाश्रम ही काळाची गरज झाली आहे. काही वृद्धांना असं वाटतं की आत्तापर्यंत आम्ही खूप कष्ट केले, आता आम्हाला आमच्या मर्जीप्रमाणं जगायचं आहे. आता आम्हाला घरामधल्या नवीन जबाबदाऱ्या नकोत. अशा मंडळींसाठी वृद्धाश्रम हा एक उत्तम पर्याय ठरू शकतो. वृद्धाश्रम ही गरज ठरू पाहत आहे, ही समाजाकरता आश्वासक गोष्ट आहे. कारण वृद्धांच्या वाढत्या समस्येवरचा हा एक चांगला उपाय आहे. वृद्धत्वात शरीरात बदल होतात. उदाहरणार्थ, शक्ती कमी होणं, विविध दुखणी-आजार वाढणं, आकलनशक्ती कमी होणं या बदलांना स्वीकारलं पाहिजे. आश्वासकपणे स्वीकारल्यास वृद्धाश्रम हे अनाथालय वा तुरुंग न वाटता 'सामाजिक-कौटुंबिक सेवेचं केंद्र' वाटू लागेल.

वृद्धांनी आचरणात आणाव्यात अशा गोष्टी :

रोजनिशी म्हणजे दिवसभराच्या घटनांचा आढावा. महत्त्वाच्या घटनांवरील आपल्या प्रतिक्रियांसहित निवृत्तीनंतर रोजनिशी लिहायला सुरुवात करावी. त्यामुळं मनावरचा ताण नाहीसा होऊन मानसिक समाधान मिळतं. त्यासाठी रोजनिशी लिहिण्यात सातत्य ठेवलं पाहिजे. ज्यांना शक्य आहे त्यांनी रोजनिशी लिहावी.

१. समजूतदारपणे स्वतःला दुर्मीळ ठेवणं ही नव्या काळाची गरज आहे.

२. मी घरातली अडगळ झालो आहे, मला घरात काही किंमत राहिलेली नाही. घरात मला कुणी विचारत नाही. मी घरातल्यांना नकोसा झालो आहे, ही भावना सोडून इतर लोकांमध्ये मिसळायचा जाणीवपूर्वक प्रयत्न करायला हवा.

४. स्वतःला आहे तसं स्वीकारून जगणं बदलायचं आणि स्वतःबरोबरच जगालाही आहे तसं स्वीकारलं की जगाकडं पाहण्याची नजर बदलते.

५. आनंदी राहण्यासाठी मनोवृत्तीत बदल करायला हवा.

६. वृद्धांचं मूळ दुखणं 'स्वभाव' आहे. काळप्रवाहानुसार, परिस्थितीनुसार आपण बदललं पाहिजे. आपला आग्रही, हट्टी स्वभाव बदलणं आवश्यक आहे. बदल हे जिवंतपणाचं लक्षण आहे. निवृत्तीनंतर 'च'चा आग्रह धरल्यास तो जीवनाची 'चव'च घालवतो.

७. 'एकटेपणा' हा वार्धक्यातला सर्वांत मोठा शत्रू आहे. एकटेपणा घालवण्यासाठी मित्रांचं वर्तुळ वाढवणं, छंद जोपासणं, संगीत ऐकणं, नाटकं-चित्रपटं पाहणं, ज्ञानेश्वरी, गीता, गाथा, दासबोधाचं वाचणं हे उपाय योजता येऊ शकतात.

८. निवृत्तीनंतर आपल्या ज्ञानाचा, अनुभवाचा उपयोग समाजासाठी करू शकतो.

९. ज्येष्ठांनी शक्यतो कार्यमग्न आणि कार्यक्षम असायला हवं.

११. 'एकमेकां साह्य करू, अवघे धरू सुपंथ' या उक्तीप्रमाणे चालायला हवं.

१२. ज्येष्ठांनी स्वतःचा आत्मसन्मान जपून प्रतिष्ठेने जगावं.

या मार्गक्रमणात अर्थ, कुटुंब, समाज, धर्म, संस्कृती हे अडथळे पार करून मार्गक्रमण करायचं आहे. लक्षात ठेवायचं आहे, की 'थांबला तो संपला.'

वृद्धांनी नियमितपणे पुढील प्रार्थना करायला हवी,

देवा मला शक्ती दे, परिस्थिती बदलण्याचे धैर्य दे

जे जमणार नाही ते सहन करण्याची, स्वीकारण्याची दृष्टी दे

आणि त्या दोन्हीतला फरक समजण्याचे शहाणपण दे...

❈ ❈ ❈

रिव्हर्स मॉर्गेज

सन २००७ च्या केंद्रीय अर्थसंकल्पामध्ये शासनाने 'रिव्हर्स मॉर्गेज'ची योजना जाहीर केली.

रिव्हर्स मॉर्गेज म्हणजे काय ?

कुठलंही लोन (कर्ज) घेण्याकरता काही तरी गहाण ठेवणं म्हणजे मॉर्गेज करणं. कर्ज घेण्यासाठी जामीन घेणाऱ्या व्यक्तीसुद्धा लागतात. ही कर्ज देण्याची पद्धत आहे, ही सर्व बँकांमध्ये वापरली जाते; परंतु काही बँका 'रिव्हर्स मॉर्गेज' पद्धतीनुसार ज्येष्ठ नागरिकांना त्यांच्या उतारवयात भरघोस मदत करतात. नियमितपणे बँकांकडे आपण आपलं घर गहाण ठेवून दर महिन्याला आपल्या कर्जाच्या आकड्यानुसार इएमआय भरतो. इएमआय म्हणजे समान मासिक हप्ते, म्हणजेच जे कर्ज घेतले आहे ते कर्जाच्या कालावधीनुसार व्याज आणि मुद्दल धरून समान मासिक हप्त्यांमध्ये विभागले जाते आणि दर महिन्याला तेवढी रक्कम आपल्याला बँकेत भरायची असते. कर्जाचा भरणा पूर्ण झाल्यानंतरच घर आपल्या मालकीचं होतं. म्हणजे कर्जाच्या बदल्यात आपण बँकेला हप्त्यानं पैसे देतो; परंतु 'रिव्हर्स मॉर्गेज'मध्ये बँक आपल्याला पैसे देते. कसे ते पाहू या.

वयोमर्यादा

'रिव्हर्स मॉर्गेज' ही योजना फक्त ज्येष्ठ नागरिकांना लागू होते. ज्यांचं वय साठ वर्षांपिक्षा जास्त आहे, असे नागरिक आपलं घर 'रिव्हर्स मॉर्गेज' करू शकतात. आपण गाडी मागे घेतो, तेव्हा गाडीला रिव्हर्स गिअरमध्ये टाकतो. त्याचप्रमाणं या 'रिव्हर्स मॉर्गेज' योजनेत सर्व काही 'उलट' म्हणजेच 'मागं' येतं. म्हणजेच जी पद्धत तरुणांकरता आहे. त्याच्या अगदी उलट ज्येष्ठांकरता या योजनेच्या निमित्ताने लागू होते.

घराची किंमत

बँकेचे अधिकारी ज्येष्ठ नागरिकांच्या घराची किंमत काढतात आणि किमतीच्या साठ टक्के कर्ज त्यांना देतात. बँका हे कर्ज ज्येष्ठांना त्यांच्या घरी जाऊन देतात.

उलटे इएमआय

तरुण किंवा मध्यमवयीन व्यक्ती कर्ज घेते, तेव्हा ती व्यक्ती बँकेला दहा किंवा पंधरा वर्षे पैसे देते. या ठिकाणी बँक दर महिन्याला पंधरा वर्षांपर्यंत ज्येष्ठ नागरिकाला पैसे देते.

कालावधी

या योजनेमध्ये कर्जाचा कालावधी सहसा पंधरा वर्षांपर्यंत असतो; परंतु विशिष्ट परिस्थितीत वीस वर्षांपर्यंत ही मुदत वाढवता येते. यामध्ये बँक वृद्धांच्या सोयीनुसार दर महिन्याला अथवा दरवर्षीसुद्धा पैसे देते.

'रिव्हर्स मॉर्गेज' ही संकल्पना आपल्या देशात नवीन असल्यामुळं याचा फायदा घेणारे ज्येष्ठ नागरिक फार कमी आढळतात. आपल्याकडं कुठलीही वस्तू गहाण ठेवल्यावर ती सावकाराकडं राहते. आपण तिचे मालक राहत नाही. कर्ज आणि व्याज चुकते केल्यावरच गहाण ठेवलेली वस्तू आपल्याला परत मिळते. रिव्हर्स मॉर्गेजमध्ये असं मुळीच नाही. जे घर ज्येष्ठ नागरिकांनी आर.एम.एल. (रिव्हर्स मॉर्गेज लोन) मध्ये गहाण ठेवलं आहे, त्या घरात तेच राहतील आणि बँक त्यांना दरमहा ठरावीक रक्कम दैनंदिन निर्वाहाकरता देईल. ही एक अप्रतिम योजना आहे. तिचा फायदा जरूर घ्यायला हवा. कुठल्याही बँकेशी या करता संपर्क करताना संपूर्ण कागदपत्रं आणि बँकेच्या अटी समजून घ्याव्यात. मात्र हे लोन घेण्यास ज्येष्ठांनी मुळीच मागंपुढं पाहू नये. ज्या ज्येष्ठ नागरिकांना अगदी खरोखर जगावं कसं, महिन्याचा खर्च कसा करावा, हे प्रश्न असतील किंवा मुले-मुली नसतील किंवा असून नसल्यासारखे असतील, ज्यांचे खाण्यापिण्याचे वांदे झाले असतील, त्यांनी 'रिव्हर्स मॉर्गेज' लोन घ्यावं आणि म्हातारपण सुखात घालवावं.

घराचं काय होतं ?

बऱ्याच वेळा लोन घेणाऱ्या ज्येष्ठ नागरिकाचा अचानक मृत्यू होतो, अशावेळी बँक आपल्या लोनचे पैसे (व्याजासह) घर विकून येणाऱ्या किमतीतून वळते करते आणि जास्तीचे पैसे लोन घेणाऱ्या ज्येष्ठ नागरिकांच्या करारनाम्यात लिहिलेल्या इच्छेनुसार

त्याच्या मुला-मुलींना देते. हे घर विकत घेण्याचा पहिला अधिकार ज्येष्ठ नागरिकांच्या मुला-मुलींचाच असतो. यामध्ये बँकेचं कर्ज फेड करणं ही एकच अट असते. या सर्व फायद्यांचा विचार करून किमान स्वतःच्या मालकीचं घर असलेल्या ज्येष्ठांनी तरी हलाखीचं जीवन जगणं बंद करून, स्वतःच्या औषधपाणी आणि खाण्यापिण्यावर खर्च करावा आणि सुखात जगावं.

❈ ❈ ❈

अल्झायमर : एक शाप

जसजसं व्यक्तीचं वय वाढतं, तसतसं शारीरिक व्याधींसोबत मेंदूच्या आणि बुद्धीच्या व्याधीसुद्धा वाढतात. पूर्वी वैद्यकीय क्षेत्र प्रगत नव्हतं, तेव्हा अतिशय हुशार माणूस वय वाढल्यावर बालकासारखा का वागतो, हे कळायला मार्ग नव्हता. अगदी एकोणिसाव्या शतकापर्यंत वैद्य हेच समजायचे की वय वाढल्यावर कदाचित असं होत असावं; परंतु सन १९०६ मध्ये डॉ. अलॉइज अल्झमर या प्रसिद्ध जर्मन पॅथॉलॉजिस्टने घोषित केलं की हा एक प्रकारचा आजार आहे. तेव्हापासून या प्रकारच्या आजाराला 'अल्झमर्स डिसिज' किंवा 'अल्झायमरचा आजार' असे म्हणतात.

अल्झायमरची लक्षणं :

या आजारामध्ये तीन प्रकारची लक्षणं आढळून येतात.

A) Activities of Daily Living - दैनंदिन कामं

दैनंदिन कामं जी रोज करणे अनिवार्य आहे. उदाहरणार्थ शौचाला जाणं, दात घासणं, आंघोळ करणं, कपडे घालणं वगैरे हळूहळू करता न येणं आणि शेवटी पूर्णतः परावलंबी होणं.

B) Behaviour - वागणूक

वागणूक म्हणजे वागणं अचानकच विचित्र आणि धक्कादायक होणं. उदाहरणार्थ, स्वतःच्या अपत्यांना न ओळखणं अथवा आपल्या जोडीदारावरच चोरीचा आरोप लावणं, संशय घेणं.

C) Cognitive Functions - बौद्धिक कामं

यात गणिताचे पाढे, छोट्या-छोट्या बेरजा, एखाद्या विषयावर स्वतःचे विचार

व्यक्त करणं यासारख्या बौद्धिक कामात अडथळे येतात. यात सर्वांत शेवटी केलेली गोष्ट अथवा कृती वृद्ध गृहस्थ सर्वांत आधी विसरतो. वरील तीन लक्षणांसोबत बऱ्याच वेळा रुग्ण रात्रभर बेचैन राहतो.

या आजाराचं निदान होणं अतिशय गरजेचं आहे. त्याकरता रुग्णाच्या सर्व तपासण्या करून घ्याव्यात आणि मेंदूरोग तज्ज्ञांकडून त्याचं निदान करावं; परंतु इतर आजारांपेक्षा हा आजार वेगळा करावा लागतो. उदाहरणार्थ, पुन्हा पुन्हा अर्धांगवायूचा झटका येणं, थायरॉइड, हार्मोन्सची भीषण कमतरता, मेंदूला जबरदस्त इजा आणि मेंदूचे वेगवेगळे इतर आजार या आजारांमध्येसुद्धा अल्झायमरसारखीच लक्षणं असतात. त्यामुळं वेळीच सर्व चाचण्या करून त्वरित निदान करायला हवं.

अल्झायमरची कारणं :

खरं पाहिलं तर हा आजार कुणाला होईल हे सांगणं अशक्य आहे. हा आजार कुणालाही, केव्हाही होऊ शकतो. अमेरिकेचे माजी राष्ट्राध्यक्ष रोनाल्ड रिगन यांना हा आजार होता. ज्येष्ठ समाजवादी नेते जॉर्ज फर्नांडिस याच आजारानं पीडित होते.

१. वय : जसजसं वय वाढतं तसतसं सर्व अवयवांचे (मेंदूसह) आजार वाढत जातात. तसे पाहिले तर हा आजार चाळीस वर्षांच्या गृहस्थालासुद्धा होऊ शकतो; परंतु जसजसं वय वाढतं, तसतसं हा आजार होण्याची शक्यता वाढत जाते. सहसा या आजाराची सुरुवात साठ ते पासष्ट ते ६५ या वयामध्ये होते आणि वय वर्ष ऐंशीनंतर हा आजार अधिक प्रमाणात होतो. अमेरिकेत नोव्हेंबर २००० मध्ये 'नॅशनल इन्स्टिट्यूट ऑफ एजिंग' या संस्थेनं निष्कर्ष काढला की ज्या अमेरिकन नागरिकाचे वय ऐंशीच्यावर आहे, अशा पन्नास टक्के लोकांना अल्झायमर होण्याची दाट शक्यता असते. हा आजार झाल्यानंतर तो रुग्ण सरासरी सहा ते बारा वर्षे जगतो आणि घरच्या लोकांनी आणि समाजानं सेवा केल्यास वीस वर्षांपर्यंतसुद्धा असे रुग्ण जगू शकतात.

२. अनुवंशिकता : काही लोकांमध्ये एपीओई४ या गुणसूत्रामुळं हा आजार होण्याची दाट शक्यता असते; परंतु ज्याच्या आई अथवा वडिलांना हा आजार आहे, अशा प्रत्येकाला हा आजार होतोच असं नाही.

३. लिंग : हा आजार स्त्रियांमध्ये पुरुषांपेक्षा दोन ते तीन पटींनी जास्त आढळतो; कारण स्त्रिया सरासरी पुरुषांपेक्षा जास्त जगतात. जास्त वय असलेल्यांनाच हा आजार होतो. म्हणूनच हा आजार स्त्रियांना जास्त होत असावा.

४. ग्रामीण भाग : ग्रामीण भागात राहणाऱ्या वृद्धांपेक्षा शहरी भागात हा आजार होण्याची जास्त शक्यता आहे, यावर सध्या संशोधन सुरू आहे.

५. शिक्षण : ज्यांचं शिक्षण जास्त, त्यांना हा आजार होण्याची शक्यता कमी

असते. कदाचित जास्त शिक्षणामुळं ते स्वतःची जास्त काळजी घेत असले पाहिजेत. जसं इतर रोगांपासून बचाव, नियमित व्यायाम, प्राणायाम वगैरे करणं.

६. डोक्याला मार : डोक्याला जबर दुखापत झाली असेल, तर भविष्यात कधीही हा आजार होण्याची शक्यता नाकारता येत नाही.

७. नैराश्य : अल्झायमर हा आजारसुद्धा एक प्रकारचं नैराश्यच आहे. म्हणून वृद्धाला कुठल्याही प्रकारचं नैराश्य असल्यास हा आजार होण्याची दाट शक्यता असते.

अल्झायमर टाळता येतो का ?

चार्ल्स कॉल्टन या इंग्रजी लेखकानं एकोणिसाव्या शतकात म्हटले की, 'शरीर आणि मेंदू हे पती-पत्नीसारखे आहेत. त्यामुळे दोघं एकाच वेळेस मरतील हे शक्य नाही.' म्हणजेच जेव्हा शरीरापूर्वी मेंदू मरतो, तेव्हा हा आजार होतो, असं आपण सोप्या भाषेत सांगू शकतो. हा आजार होणं आपण लांबवू शकतो; परंतु थांबवू शकत नाही. २००० साली अमेरिकेत झालेल्या 'वर्ल्ड अल्झायमर कॉन्फरन्स'मध्येही हाच निष्कर्ष काढला गेला. हा आजार ज्यांना होतो, त्यांना तो समजण्याची क्षमता नसते. त्यामुळे याचा त्रास घरच्या लोकांनाच जास्त होतो.

काय काळजी घ्यावी ?

अद्याप या आजारावर कुठलेही औषध उपलब्ध नाही. सगळ्यात महत्त्वाचं म्हणजे निदान करणं. निदान झाल्यानंतर घरातल्या प्रमुख व्यक्तीला या आजाराबद्दल सांगणं अतिशय महत्त्वाचं आहे. त्यांना अभिताभ बच्चन आणि राणी मुखर्जी यांचा 'ब्लॅक' हा चित्रपट पाहण्याचा सल्ला द्यावा.

खालील महत्त्वाच्या सूचना ज्यांना हा आजार आहे, अशा रुग्णाच्या घरच्या लोकांना उपयुक्त ठरतील :

१. या आजारात वृद्ध रुग्णाची मनापासून देखभाल करावी. त्यांना कशाचंच भान नसतं. त्यामुळे सर्वांनी मिळून अशा रुग्णाची सेवा केली, तरच ते जगू शकतात.

२. त्यांच्या सर्व वेळा निश्चित ठेवा. जसं सकाळी झोपेतून उठवणं, शौचाला नेणं, अंघोळ वगैरे यामुळं त्यांच्या मनात सुरक्षिततेची भावना तयार येईल.

३. त्यांच्या खोलीची आणि शरीराची स्वच्छता बाळगावी. बऱ्याच वेळा त्यांचं लघवीवर नियंत्रण नसतं. अशा वेळेस त्यांची विशेष काळजी घ्यावी. रात्री झोपताना त्यांना डायपर लावावं.

४. वारंवार पडण्याची भीती असल्यामुळं जिथं ते पडू शकतात, जसं की ओलं

बाथरूम, खोलीत अंधुक प्रकाश असणं इत्यादी बाबतीत काळजी घ्यावी.

५. त्यांना सायंकाळी सहानंतर बहुधा पिण्यास पाणी देऊ नये. शेवटचा चहा अथवा कॉफी संध्याकाळी पाचनंतर देऊ नये. हे पथ्य पाळल्यास लघवीमुळं कपडे आणि अंथरूण खराब होणार नाही.

६. हा आजार असणाऱ्या वृद्धांचा भावनिक उद्रेक कधीही होऊ शकतो. कधी कस वागतील, हे कोणीच सांगू शकत नाही. त्यामुळं डॉक्टरांच्या मदतीनं अशा वेळेस त्यांना शांत करणारं औषध आधीच लिहून मागावं.

७. हा आजार असणाऱ्या वृद्धाला जागेचं आणि वेळेचं भान नसतं. त्यामुळं त्यांना कधीही घराबाहेर एकटं पडू देऊ नये.

८. त्यांना बऱ्याच वेळा झोपेचा त्रास असतो. त्याचा परिणाम इतर कुटुंबियांवर होतो म्हणून शक्यतो त्यांना दिवसा झोपू देऊ नये.

९. अशा रुग्णाला एका चांगल्या अनुभवी डॉक्टरांची गरज असते. त्यामुळं आपल्या भागातील हुशार आणि चांगल्या डॉक्टरची वेळोवेळी मदत घ्यावी. या आजारावर नेमकं असं कुठलंही औषध नसल्यामुळं त्यांना कमीतकमी औषधे द्यावीत. सोबत इतर जे आजार आहेत, जसं की मधुमेह, रक्तदाब, न्यूमोनिया त्या सर्वांची औषधे वेळोवेळी द्यावीत. या सोबतच जर लघवीचं इंफेक्शन अथवा प्रोस्टेटचा त्रास असल्यास त्याचा त्वरित इलाज करावा. त्यांना झोपेच्या गोळ्या किंवा अशा गोळ्या ज्यामुळं दुष्परिणाम होऊन झोप येईल अशी सर्व औषधे टाळावीत. त्यांना काहीही खाण्या-पिण्याकरता देताना त्यांच्या श्वासनलिकेत जाणार नाही, याची काळजी घ्यावी. साधारणतः सर्व काही बसूनच द्यावं. टॉनिक अथवा मेंदू तरतरीत होईल असे कुठलेही औषध कृपया देऊ नये. गरज पडली तर डॉक्टरांच्या सल्ल्याने व्हिटॅमिन बी आणि इ देऊ शकतो.

१०. हा आजार मेंदूशी संबंधित असल्यामुळं निर्णय घेण्याची क्षमताच संपुष्टात येते. म्हणून त्यांच्या मालमत्ता आणि इतर कायदेशीर बाबींसंबंधीचे निर्णय आजाराच्या सुरुवातीलाच घ्यावेत. नंतरच्या काळात गुंतागुंत वाढते. आपल्या वकिलाच्या मदतीन कुटुंबाच्या इतर सदस्यांच्या उपस्थितीत सर्व कायदेशीर निर्णय त्वरित घ्यावेत. हा आजार म्हणजे देवानं अथवा निसर्गानं मनुष्य जातीला उतारवयात दिलेला एक शाप आहे; पण सामंजस्य आणि धीर ठेवून याही परिस्थितीतून मार्ग निघू शकतो. हा आजार टळावा म्हणून ज्येष्ठांना अधिक बोला असं डॉक्टर सांगतात. ज्येष्ठ नागरिकांनी अधिक बोललं पाहिजे. कारण स्मरणशक्ती कमी होण्यापासून रोखण्याचा बोलणं हा एक मार्ग आहे. ज्येष्ठ नागरिकांनी अधिक बोलण्याचे किमान तीन फायदे आहेत.

१. बोलण्यानं मेंदू सक्रिय राहतो. कारण भाषा आणि विचार एकमेकांशी संवाद साधतात. ज्यामुळं नैसर्गिकरीत्या स्मरणशक्तीदेखील वाढते. जे ज्येष्ठ नागरिक बोलत

नाहीत त्यांची स्मरणशक्ती कमी होण्याची शक्यता असते.

२. बोलण्यानं बराच ताण दूर होतो, मानसिक आजार टळतो आणि तणाव कमी होतो. आपण अनेकदा काहीही बोलत नाही; पण आपण ते आपल्या मनात, हृदयात दडवून घेतो आणि गुदमरतो. म्हणून ज्येष्ठांनी बोललं पाहिजे. त्यामुळं विचारांची देवाणघेवाण होते. समोरच्याचं मन समजतं. त्यांनाही आपण समजू शकतो. संवादामुळं मन आनंदी आणि सुदृढ राहतं.

३. बोलण्यामुळं चेहऱ्याच्या स्नायूंचा आणि घशाचा व्यायाम होतो, फुफ्फुसाची क्षमतादेखील वाढतं. तसंच डोळे आणि कान खराब होणं, बहिरेपणा येण्याचा धोका कमी होतो आणि चक्कर येण्यासारखे सुप्त धोके कमी होतात.

थोडक्यात वृद्धांचा अल्झायमरपासून बचाव करण्याचा एकमेव मार्ग म्हणजे शक्य तितकं बोलणं. अनुभव सांगणं. मन मोकळं करणं आवश्यक असल्यामुळं ज्येष्ठांनी अधिक बोलायला हवं. त्यासाठी ज्येष्ठांची संघटना एक उत्तम माध्यम आहे. या माध्यमातून स्वतःसोबत इतर ज्येष्ठ नातेवाईक आणि मित्रांना अधिक बोलण्यास प्रोत्साहित करून अल्झायमर टाळता येऊ शकतो.

❀ ❀ ❀

ज्येष्ठ नागरिक धोरण

संयुक्त राष्ट्रसंघानं १९९१ हे वर्ष 'आंतरराष्ट्रीय वयोवृद्ध लोकांचं वर्ष' म्हणून जाहीर केलं. तेव्हापासून १ ऑक्टोबर हा दिवस 'ज्येष्ठ नागरिक दिन' म्हणून साजरा केला जातो. केंद्र शासनानं १९९९ मध्ये सर्व ज्येष्ठांसाठी देशामध्ये खास योजना राबवण्याचा निर्णय घेतला आणि प्रत्येक राज्यानं यासंबंधी स्वतंत्र योजना करावी असं नमूद केलं.

१ ऑक्टोबर २०१३च्या मुहूर्तावर महाराष्ट्र शासनानं 'ज्येष्ठ नागरिक धोरण' जाहीर केलं. या धोरणामध्ये ज्येष्ठांची आर्थिक सुरक्षा, आरोग्य, पोषण आहार, निवारा, शिक्षण, कल्याण, समस्यांचं निराकरण, जीवन आणि मालमत्तेचं रक्षण, प्रसार माध्यमांची भूमिका, अशासकीय संस्थांची भूमिका, ज्येष्ठांच्या समस्यांचं संशोधन या आधारे ठोस उपाय योजना आणि शासन निर्णय मनुष्यबळ आणि प्रशिक्षण यांचा समावेश आहे. यामध्ये पुढील बाबींचा अंतर्भाव आहे :

१. ज्येष्ठ नागरिकांना वृद्धांच्या कल्याणासाठी कार्यरत असणाऱ्या स्वयंसेवा संस्थांच्या मदतीनं सक्षम अधिकाऱ्यांमार्फत ओळखपत्र देणे.

२. सार्वजनिक दवाखान्यामध्ये ज्येष्ठांसाठी स्वतंत्र कक्ष स्थापन करणं.

३. बहुमजली इमारती, व्यापारी संकुलांमध्ये वृद्धांसाठी सोयीसुविधा उपलब्ध करून देण्यासंबंधी मार्गदर्शक तत्त्वं घालून देणं. सुट्टीच्या दिवशी शासकीय संकुल, शाळा, महाविद्यालये या वास्तूंचा वृद्धांना वापर करता यावा याकरता तरतूद करणं.

४. स्वयंसेवी संस्थामार्फत जी वृद्धाश्रमं चालवली जातात. ती शासनाच्या मार्गदर्शक तत्त्वानुसार चालतात की नाही याचं निरीक्षण करण्यासाठी जिल्हा समाजकल्याण समितीस अधिकार प्रदान करणे.

५. केंद्र आणि राज्य शासनामार्फत मान्यता दिलेल्या वृद्धाश्रमात वृद्धांसाठी

हेल्पलाईन, वृद्धापकाळासाठी प्रकल्प, व्यावसायिक डे-केअर सेंटर असे कार्यक्रम राबवणं.

६. दवाखाना, टपाल कार्यालयं, बस, रेल्वे आरक्षण, पाणी, वीज, दूरध्वनी, बिल भरणा केंद्र या ठिकाणी वृद्धांना स्वतंत्र रांग आणि प्राधान्यक्रमानं सुविधा उपलब्ध करून देणं.

७. वीज, दूरध्वनी, पाणीपुरवठा यासंबंधी वृद्धांच्या घरगुती तक्रारींकडं प्राधान्यानं लक्ष देणं.

८. प्रसार माध्यमांद्वारे वृद्धांचं शारीरिक, मानसिक, भावनिक आरोग्य चांगलं राहावं याकरता प्रशिक्षण कार्यक्रम राबवणं.

९. मालमत्ता आणि घर विभागणीकरण या प्रश्नांबाबत संवेदनशील असणं. मालमत्तेचं हस्तांतरण, मालमत्ता कर आणि अन्य संबंधित प्रकरणं तत्परतेनं निकाली काढणं. अशा प्रकरणातील अनुचित व्यवहाराच शासनानं नियुक्त केलेल्या जिल्हाधिकारी स्वतंत्र मंडळातर्फे तपासणी करणं.

१०. दुर्लक्षित, अनुचित पत्रव्यवहार, हिंसा आणि परित्याग या प्रश्नांबाबत सावध राहणं.

११. फिरत्या वैद्यकीय पथकामध्ये उपचार आणि सोयीसुविधा उपलब्ध करून देणं.

१२. आरोग्यविषयक सुविधांसाठी औषध निर्माण कंपन्यांबरोबर करार करणं.

१३. औषध निर्माण कंपन्यांबरोबर संपर्क साधून औषध पेढ्यांची निर्मिती करणं. अशासकीय संघटनांच्या साहाय्यानं गरीब आणि गरजू व्यक्तींना औषध प्रणालीद्वारा औषधांचा मोफत पुरवठा करून ही प्रणाली विकसित करणं.

१४. निवृत्ती वेतन, भविष्यनिर्वाह निधी आणि इतर सेवानिवृत्ती विषयक लाभ सत्वर चुकते करणं. रकमांच्या प्रदानाबाबत विलंबासाठी जबाबदारी निश्चित करणं. वृद्ध माता-पित्यांचा सांभाळ आणि कल्याण कायदा, २००७ची कडक अंमलबजावणी करणं.

ज्येष्ठ नागरिकांसाठी असलेला कायदा :

१. 'माता-पिता आणि ज्येष्ठ नागरिकांचे पालनपोषण अधिनियम २००७'या कायद्यानुसार ज्येष्ठ नागरिक म्हणजे वय वर्षं पासष्ट पूर्ण केलेला नागरिक.

२. जे माता-पिता आपल्या वृद्धापकाळात आपल्या उत्पन्नातून अथवा संपत्तीतून स्वतःचा उदरनिर्वाह करण्यास असमर्थ आहेत, त्यांना आपल्या सुज्ञ अशा मुलगा मुलगी, नातू, नात यांच्याकडून 'योग्य भरणपोषणाचा हक्क' या कायद्यान्वये देण्यात आला आहे. या कायद्यानं त्यांना सर्वसामान्य जीवन जगण्यास मदत होईल, असा या मागचा उद्देश आहे.

तसंच ज्येष्ठ नागरिकांना विशिष्ट स्थितीत आपल्या नातेवाईकांकडूनही भरणपोषणाचा हक्क या कायद्यान्वये देण्यात आला आहे.

३. पालनपोषण कायद्यांतर्गत अन्न, वस्त्र, निवारा या मूलभूत गरजांसह वैद्यकीय मदत आणि उपचार यांचाही समावेश आहे. या अधिनियमात माता-पिता या व्याख्येत परिस्थितीनुसार जैविक, दत्तक, सावत्र, माता-पित्यांचा समावेश आहे. जे ज्येष्ठ नागरिक नसले, तरीही त्यांना या कायद्यान्वये संरक्षण देण्यात आले आहे.

ज्येष्ठ नागरिक धोरणातील ठळक मुद्दे :

१. वृद्ध आई-वडिलांचा सांभाळ न करता त्यांना वृद्धाश्रमात पाठवणाऱ्या मुलांना 'डिफॉल्टर' ठरवून त्यांची नावं ठळकपणे प्रसिद्ध करणं.

२. आर्थिक नियोजन, आरोग्याचं रक्षण आणि काळजी घेणं. ताण-तणावाला सामोरं जाणं यासाठी ज्येष्ठांसाठी समुपदेशन केंद्रांची योजना आखणं.

३. खासगी वृद्धाश्रमांमध्ये ज्येष्ठांना दिल्या जाणाऱ्या सुविधांचे मूल्यांकन करून ज्येष्ठांचे आर्थिक, मानसिक आणि शारीरिक शोषण होऊ नये यासाठी कठोर पावलं उचलणं.

४. शासनाच्या निवासी संकुलात वृद्धाश्रम बांधण्याकरता जागा उपलब्ध करून देणं.

५. ७० वर्षांवरील ज्येष्ठ नागरिकांसाठी मुंबईत पोलिसांनी सुरू केलेली मदत वाहिनी क्रमांक १०३ आणि क्रमांक १०२९ प्रमाणेच राज्यातल्या सर्व जिल्हा आणि तालुका स्तरावर उपलब्ध करून देण्यात येईल.

६. वृद्धांचं जगणं सुसह्य करण्यासाठी शहरांचा 'वृद्धमित्र' म्हणून विकास करण्याची संकल्पना जागतिक आरोग्य संघटनेनं स्वीकारली आहे. सर्व स्थानिक स्वराज्य संस्थामार्फत ही संकल्पना राबवणं.

७. वृद्धांच्या कल्याणासाठी खासगी कंपन्यांच्या सामाजिक कल्याण निधीमधून दहा टक्के रक्कम राखून ठेवणं आणि त्याचा विनियोग वृद्धांच्या कल्याणासाठी करणं.

८. राज्य सरकारकडून 'ज्येष्ठ नागरिक कल्याण निधी'ची स्थापना करून त्याच्या विनियोगासाठी राज्य, जिल्हा महानगरपालिका, नगरपालिका स्तरावर समिती स्थापित करणं.

९. प्रत्येक पोलीस ठाण्यात त्यांच्या हद्दीत राहणाऱ्या सर्व ज्येष्ठ नागरिकांची विशेषतः एकाकी राहणाऱ्या ज्येष्ठ नागरिकांची अद्ययावत माहिती ठेवणं.

१०. ज्येष्ठ नागरिक धोरणाच्या अंमलबजावणीचा कृती आराखडा देणं.

शासन निर्णयानुसार साठ वर्ष पूर्ण करणाऱ्यांना 'ज्येष्ठ नागरिक' समजण्यात येतं, तर ऐंशीपेक्षा जास्त वयोमान असणाऱ्या ज्येष्ठ नागरिकांची 'विशेष वरिष्ठ ज्येष्ठ नागरिक'

अशी वर्गवारी करण्यात आली आहे. काही सवलतींबाबत मात्र ज्येष्ठ नागरिकाचं वय पासष्ठ मानण्यात येतं. सहाव्या वेतन आयोगाच्या निर्णयाप्रमाणे सेवकांना अतिरिक्त पेन्शन दिलं जाणार आहे. ते पुढीलप्रमाणे :

वयोगट	वाढीव
८० +	२० टक्के
८५ +	३० टक्के
९०+	४० टक्के
९५ +	५० टक्के
१०० +	१०० टक्के

ज्येष्ठ नागरिकांसाठीच्या योजना :

१) श्रावणबाळ सेवा राज्यनिवृत्ती वेतन योजना : राज्यातील वय वर्ष पासष्ठ आणि त्यावरील निराधार वृद्ध व्यक्तींना मासिक निवृत्ती वेतन देण्याच्या मूळ हेतूनं 'श्रावणबाळ सेवा राज्य निवृत्ती वेतन योजना' सन २००४ पासून राबवण्यात येत आहे.

२) इंदिरा गांधी राष्ट्रीय वृद्धापकाळ निवृत्ती वेतन योजना : केंद्र शासनानं विहित केलेल्या निकषांनुसार राज्यातील वय वर्ष पासष्ठ आणि त्यावरील निराधार, वृद्ध व्यक्तींना निवृत्ती वेतन देणारी ही योजना आहे.

३) राजीव गांधी जीवनदायी आरोग्य योजना : 'राजीव गांधी जीवनदायी आरोग्य योजना' संपूर्ण महाराष्ट्र राज्यामध्ये टप्प्या-टप्प्यानं राबवली जात आहे.

४) हृदयरोग, कॅन्सर अगर किडनीच्या विकारांनी पीडित रुग्णास जिल्हापरिषद स्वीय निधीतून सहाय्य दिलं जातं. तसंच ग्रामीण भागात राहत असलेल्या नागरिकांना शस्त्रक्रियेसाठी अर्थसहाय्य दिलं जातं.

५) हृदय शस्त्रक्रियेसाठी मुख्यमंत्री सहाय्यता निधी : महाराष्ट्रातली कुठलीही गरजू व्यक्ती हृदय शस्त्रक्रियेसाठी मुख्यमंत्री सहाय्यता निधीतून मदत मागू शकते.

पत्ता - मुख्यमंत्री सहाय्यता निधी, महाराष्ट्र शासन, मुंबई- ४०००५२.

६) हृदय शस्त्रक्रियेसाठी राज्यात मुख्यमंत्री निधीतून, शहरात महापौर निधीतून मदत

मिळू शकते. शिवाय देशातील कुठलीही गरजू व्यक्ती हृदय शस्त्रक्रियेसाठी पंतप्रधान सहाय्य निधीतून मदत मागू शकते. त्यासाठी सोबत आपल्या विभागाच्या खासदाराचं पत्र जोडावं. सदरहू निधीचा चेक थेट हॉस्पिटलच्या नावे निघतो.

ज्येष्ठ नागरिकांचं उत्पन्न आणि आर्थिक सुरक्षा हे आपल्या समोरील सर्वांत मोठं आव्हान आहे. त्यांचं आरोग्य आणि मानसिक स्वास्थ्य या गोष्टी अत्यंत महत्त्वाच्या आहेत. आर्थिक अडचण ही ज्येष्ठ नागरिकांची सर्वांत मोठी समस्या आहे. घटलेल्या उत्पन्नाप्रमाणं ढासळती प्रकृती हीसुद्धा एक समस्या आहे. ज्येष्ठ नागरिकांना प्रवास भाड्यात सवलती, आयकरातून सूट, वैद्यकीय लाभ, बचतीवर अधिक लाभ मिळावा. तसंच आरोग्य, निवारा आणि सामाजिक स्वास्थ्य या गोष्टींची काळजी घ्यावी लागणार आहे. भक्कम कुटुंब व्यवस्था हे प्रमुख वैशिष्ट्य समजल्या जाणाऱ्या भारतासारख्या देशात ज्येष्ठ नागरिकांच्या संरक्षणासाठी आणि संगोपनासाठी कायद्याचा आधार घ्यावा लागणे हे मोठं दुर्दैवच!

ज्येष्ठांसाठी पुढील गोष्टी व्हाव्यात :

१. ज्येष्ठ नागरिकांच्या समस्या सोडवण्यासाठी स्वतंत्र मंत्रालय हवं.

२. 'ज्येष्ठ नागरिक परिषद' स्थापन करून त्यांच्या समस्या सोडवण्यासाठी योग्य मदत मिळावी.

३. जिल्हा परिषद, पंचायत समिती, नगरपालिका, महानगरपालिका इथं ज्येष्ठ नागरिकांसाठी स्वतंत्र कक्ष असावा. तिथं त्यांच्या समस्या सोडवण्यासाठी सहकार्य मिळावं.

४. मालमत्ता कागदपत्रात सातबारा उताऱ्यावर पत्नीचं नाव असावं.

५. अल्पदरात किंवा मोफत वैद्यकीय सेवा उपलब्ध व्हावी.

६. अल्पदरात किंवा मोफत कायदेशीर सल्ला मिळावा.

७. ज्येष्ठ नागरिकांच्या कोर्टातील केसेसना अग्रक्रम देऊन त्वरित निकाली काढावं.

८. अल्पदरात किंवा मोफत सुश्रुषा केंद्रं तयार करावीत.

९. अंध, अपंग, विकलांग, मूकबधिर, एड्सग्रस्त, कॅन्सरग्रस्तांसाठी सेवा केंद्रं असावीत.

१०. अल्पदरात निवासी संकुलं ज्येष्ठ नागरिकांसाठी उपलब्ध करून द्यावीत.

११. महाराष्ट्र शासनानं 'पेरेंट मेंटेनन्स' बिलाबाबत विचार केला आहे.

१२. स्वयंसेवी संस्थांकडून विरंगुळा केंद्रं, स्मृतिभ्रंश केंद्रं यांची स्थापना करणं. अल्पदरानं किंवा मोफत वाहतूक व्यवस्था उपलब्ध करून देणं आणि त्यामध्ये आसनं सुरक्षित ठेवणं. नाना-नानी उद्यानाची व्यवस्था करणं आणि त्यात स्वच्छतागृहं आणि

इतर सोयी उपलब्ध करणं. वृद्धांसाठी विविध करमणूक आणि आरोग्य विषयक कार्यक्रमांचं आयोजन करणं.

ज्येष्ठांना कायदेशीर मदत मिळते. उदाहरणार्थ, जी मुलं आपल्या आई-वडिलांचं भरणपोषण करत नाहीत आणि आई-वडील स्वतःचं पालनपोषण करण्यास असमर्थ आहेत, अशा आई-वडिलांना मुलांकडून अन्न, वस्त्र मिळवण्यासाठी न्यायालयात अर्ज करता येतो आणि न्यायालयानं मंजूर केलेली रक्कम मुलांनी न दिल्यास वसुलीसुद्धा न्यायालयातूनच करता येते किंवा न्यायालयाच्या आदेशानं मुलांकडून (नोकरी असेल तर) पगारातून कपात करूनसुद्धा वसूल करता येते.

ज्येष्ठ नागरिकांबाबत जनजागृती करण्यासाठी पुढील दिवस पाळले जातात.
१५ जून : ज्येष्ठ नागरिक छळ प्रतिबंध जागृती दिवस
२१ सप्टेंबर : जागतिक स्मृतिभ्रंश दिवस
०१ ऑक्टोबर : जागतिक ज्येष्ठ नागरिक दिन

ज्येष्ठ नागरिकांना मदतीसाठीचे संपर्क :
ज्येष्ठ नागरिक हेल्पलाईन : १०९१
ज्येष्ठ नागरिक हेल्पलाईन (फक्त आरोग्यासाठी) : १४५६७
पुणे पोलीस ज्येष्ठ नागरिक मदतीसाठी : ०२० ३० ४३ ९१००
वंचित विकासासंदर्भात : ०२० २४ २८ ३० ५०
स्वाधार संदर्भात : ०२० - २४ ५३ ३४ ५२

ताणतणाव

एकविसाव्या शतकातलं आपलं जीवन अत्यंत धावपळीचं, धकाधकीचं आणि ताणतणावांचं झालं आहे. सध्या लहान मुलांपासून ते वृद्ध व्यक्तींपर्यंत सगळ्यांच्या जीवनात ताणतणाव, मानसिक चिंता आणि काळजी घर करून आहे. घड्याळाच्या काट्यात आणि पगाराच्या आकड्यात आपलं जीवन बंदिस्त झालं आहे. समर्थ रामदासांनी म्हटलंच आहे, 'जगी सर्व सुखी असा कोण आहे? विचारी मना तूचि शोधून पाहे.'

'चिंता' हा शब्द इंग्रजी-लॅटिन भाषेतल्या ॲंझायटी शब्दापासून आलेला आहे. ॲंझायटी हा शब्द लॅटिन भाषेतील Angustus या शब्दापासून आलेला आहे. Angustus याचा अर्थ बंदिस्त अथवा अरुंद अशा परिस्थितीत आपल्या मनात घुसमटणारी भावना होय. तणाव हा शब्द 'स्ट्रेस' या इंग्रजी शब्दाचं मराठी रूप म्हणून वापरला आहे. तो स्ट्रेस हा Rtrcir या मूळ फ्रेंच शब्दापासून आलेला आहे आणि त्या फ्रेंच शब्दाचा अर्थ आहे. 'आकुंचन शक्तीला मर्यादा घालणारा घटक'.

व्याख्या :

१. दैनंदिन जीवनात आपल्याभोवती घडणाऱ्या बदलाशी आपण जुळवून न घेतल्यास जो दोष राहतो, तो मानसिक तणाव होय.

२. कोणत्याही खऱ्या किंवा काल्पनिक समस्या, बदल आणि प्रश्नांना दिलेली मानसिक किंवा शारीरिक प्रतिक्रिया किंवा प्रतिसाद म्हणजेच ताणतणाव.

३. एखाद्या उद्दिष्ट पूर्तीसाठी प्रयत्न सुरू केल्यानंतर येणारे अडथळे दूर करत असताना मनाविरुद्ध करावी लागणारी तडजोड म्हणजे मानसिक ताण होय.

४. कोणत्याही मागणीला दिला जाणारा अविशिष्ट (नॉनस्पेसिफिक) प्रतिसाद

म्हणजे ताण.

५. कोणत्याही वेळी कोणतीही समस्या निर्माण झाली की समस्या निर्माण होण्याच्या वेळापासून, त्याबाबत काय करायचं, याचा निर्णय होईपर्यंतचा काळ म्हणजे ताणतणावाचा काळ.

६. चिंता ही मानवाला कार्यप्रवण करण्यास प्रवृत्त करणारी शक्ती आहे. चिंतेतून सुटण्यासाठी लोक विविध प्रकारची कामं हाती घेतात. त्यातच आपल्या जीवनाचा अर्थ शोधतात.

'मानसिक स्वास्थ्य' संघटनेचे अध्यक्ष शिवगौतम यांनी एकविसाव्या शतकास 'मानसिक रोगाचं शतक' मानलं आहे. थोड्या फार प्रमाणात चिंता असणं हे मानवी जीवनाच्या प्रगतीसाठी आवश्यक आहे, असं काही जणांचं मत आहे. चिंता ही डोळ्यांना कधीच दिसत नाही. तुम्ही तिला स्पर्श करू शकत नाही; पण अस्तित्व प्रखरतेनं जाणवतं. त्यामुळं जीवन हे यातनामय बनतं. चिंता आणि चिता या दोन शब्दांमध्ये केवळ फक्त एका टिंबाचा फरक आहे. चिता ही मेल्यावर जाळते, तर चिंता मनुष्याला जिवंतपणी आयुष्यभर जळत असते. चिंता करणारा माणूस लवकर चितेवर जातो. मृत्यू आपल्याला एकदाच येतो. चिंता ही आपल्याला रोज मारत असते. माणसाच्या प्रगतीच्या, उन्नतीच्या मार्गातील सर्वात मोठा अडथळा म्हणजे काळजी, चिंता. या चिंतेमुळं माणसाची कार्यक्षमता नाहीशी होते. चिंता माणसाला दुर्बल करून टाकते. माणसाची शक्ती काढून घेते. चिंता करण्यानं कोणताही प्रश्न सुटत नाही. उलट चिंतेमुळं मानसिक, शारीरिक ताकद कमी होते. काही वेळा जीवन उद्ध्वस्त होण्याची वेळ येते. चिंतेची दुसरी बाजू म्हणजे आत्मविश्वासाचा अभाव होय.

आधुनिक समाजामध्ये जिवाणूंपासून होणाऱ्या रोगविकारांपेक्षा बेरोजगारी, चिंता, भय, वेदना, दुःख, घुसमट, भय, लग्न, आवडत्या व्यक्तीचं निधन, अनिश्चितता, उदासीनता, असुरक्षितता इत्यादी मानसिक ताणाची कारणं आहेत. तणावाच्या मुळाशी लोभ, पैसा आणि सत्ता या तीन गोष्टी असतात.

मानवी स्वभावाचं एक वैशिष्ट्य आहे की, ज्या गोष्टी त्याच्याजवळ असतात. त्या गोष्टींत त्याला समाधान नसतं. ज्या गोष्टी आपल्याजवळ नाहीत त्या गोष्टी मिळवण्याचा तो सतत प्रयत्न करत असतो. तुमच्याकडं जे आहे, त्यात आनंदाचा शोध घ्या. त्यातून मानसिक शांतीला पोषण मिळेल. स्वतःचं काम स्वतः करणं ही ईश्वराची प्रार्थना आहे आणि कामाच्या वेळेस काम, खेळाच्या वेळेस खेळ आणि झोपेच्या वेळेस झोप हाच सुखी होण्याचा आणि आनंद प्राप्त करण्याचा उत्तम मार्ग आहे.

सुख आणि दुःख या मनाच्या काल्पनिक अवस्था आहेत. आपण दुःखाला सुख मानलं, तर दुःख आपोआप कमी होईल आणि सुख आपोआपच वाढत जाईल.

प्रत्येकाला हवं असत त्याला सुख म्हणतात. जे नको असतं त्याला दुःख म्हणतात. प्रत्येकाचं सुख प्रत्येकाजवळ आहे; पण ते मानण्याची प्रवृत्ती हवी. 'तुज आहे तुजपाशी, परि तू जागा चुकलासी.' विनोदामुळं मनावरचा ताण हलका होतो. माणसाची मानसिकता ही तणावामुळं सहज प्रभावित होत असते. संताप हेच तणावाचं मोठं कारण आहे. काळजी करणं म्हणजे दुःखाला निमंत्रण देणं. 'मन करा रे प्रसन्न सर्व सिद्धीचे कारण' असं संत तुकाराम म्हणतात. फ्राईडच्या मतानुसार, 'अतृप्त इच्छा, अभिलाषा यांची परिणती वैफल्य आणि ताणतणावात होते.' 'दैवाने दुःखी कुणी नसतो. दुःख स्वतःच्या विचार करण्याच्या पद्धतीनं होतं,' असं एपिक्टेक्स मानतो. मार्क्सचं म्हणणं असं होतं की, 'माणसाला आर्थिक चिंतेतून मुक्त केल्यास तो कदाचित खऱ्या अर्थानx पूर्ण मानव बनू शकेल.'

मनावरचा ताण वाढला की आकलनशक्ती, निर्णयशक्ती, स्मरणशक्ती, सर्जनशीलता यांचा निकाल लागतो. माणसाची कार्यक्षमता कमी होते, त्याचा परिणाम अपयशात होतो. तणावमुक्तीचा सर्वश्रेष्ठ उपाय म्हणजे पायी चालणं. त्यामुळं मन शांत राहतं आणि आपल्या जीवनाला नवी ऊर्जा आणि स्फूर्ती मिळते. रोजच्या त्रासापासून सुटका होते. आनंद आणि उत्साहानं सामना करण्याची ताकद निर्माण होते.

मानसिक ताणतणावाची प्रमुख कारणं :

कौटुंबिक प्रश्न, चारित्र्याच्या विकृती, निरुत्साह, निराशा, न्यूनगंड, व्यसन, मिथ्या भयरोग, भीती, मनोविकृतींचं वाढतं प्रमाण, बेशिस्तपणा, व्यक्तिमत्त्वाच्या विकृती, लैंगिक विकृती.

ताणतणावावरील विविध उपाय :

तणावमुक्त होण्यासाठी तणावाच्या ठिकाणापासून बाजूला जा. फार राग आला असेल तर एक ते दहा अंक मोजा. ए टू झेड अक्षरे लिहा. मनाला शांत होण्याचे आदेश मिळताच रागावर नियंत्रण मिळतं. अशावेळी प्रिय व्यक्तीचा आधार घ्या. छंद जोपासा.

तणावमुक्त होण्यासाठी पाच 'सी' चा वापर करावा.

१. सरकमस्टन्सेस - परिस्थितीशी सामना करा.

२. चॅलेंज   - आव्हान स्वीकारा.

३. कंन्ट्रोल   - संयम राखा, विचार करा.

४. कोऑपरेट   - सहकार्य करा.

५. कॉन्सन्ट्रेशन   - एकाग्रतेमुळे दृष्टिकोनात बदल करता येतो.

मनःशांतीसाठी पुढील गोष्टी लक्षात ठेवा :

१. वेळेचं आणि कामाचं नियोजन करा.

२. जास्त काळजी करणं टाळा.

३. प्रत्येक परिस्थितीशी सामना करताना आत्मविश्वास ठेवा.

४. स्वतःला कधीही कमी लेखू नका.

५. अपमान, अपयश पचवायला शिका.

६. थोडक्यात समाधानी वृत्ती ठेवा.

७. नेहमी स्वतःचं आत्मपरीक्षण करत राहा.

८. राग आला की एक ते दहा अंक मोजा. राग निवळेल.

९. प्रत्येकानं एखादा छंद जोपासावा जेणेकरून स्वतःसाठी काही वेळ काढता येईल.

१०. रोज पाच-दहा मिनिटं ध्यानस्थ बसा.

११. चांगले मित्र जोडा.

१२. आपल्याला प्रोत्साहन देणाऱ्यांसोबत राहा.

१३. रोज आवडतं संगीत, एखादं गाणं ऐका.

१४. चांगल्याची अपेक्षा करा; परंतु तितक्याच वाईटाची तयारी ठेवा.

१५. समस्या प्रथम सोडवा. कृतीचं समर्थन नंतर करा.

१६. आपल्या क्षमतेएवढंच काम स्वीकारा.

तणाव कमी करण्यासाठी काही सूचना :

१. नियमितपणे एकटं राहण्यासाठी वेळ काढा. मनात काय चाललं आहे ते ऐका. हेतू तपासा. ध्येय आणि करत असलेली कामं यांचं मूल्यमापन करा.

२. अतिशय साधेपणानं जगा. आयुष्यात साधेपणा आणा. राहणी साधी; पण विचारसरणी उच्च असावी. क्षुल्लक गोष्टींकडं दुर्लक्ष करा.

३. पुष्कळ वेळा खोल आणि सावकाश श्वासोच्छ्वास घ्या.

४. रोज आवडणारं, आनंद देणारं जे फक्त तुमच्यासाठी आहे. असं काही तरी करण्याचा जरूर प्रयत्न करा.

५. एखाद्या गोष्टीची काळजी वाटत असेल, तर त्याविषयी दुसऱ्याशी बोला किंवा तुम्हाला काय वाटतं ते लिहून काढा.

६. एखादी गोष्ट तुम्हाला करायची नसली, तर शांतपणे स्पष्ट नकार द्या.

७. नियमित व्यायाम करा. शरीर ताणल्यानं स्नायू मोकळे होतात.

८. एखाद्या नावडत्या गोष्टीचा विचार दिवसभर करत बसण्यापेक्षा ती गोष्ट लगेच करून टाकण्यात कमी ऊर्जा, कमी शक्ती खर्च होते हे लक्षात ठेवा.

९. तुम्हाला आवडणारी माणसं, मुलं आणि निसर्ग यांच्या सहवासासाठी काही वेळ ठेवा. शहरात असलात तर आजूबाजूच्या माणसाच्या चेहऱ्यावरच्या भावांकडं पाहणं, ऋतुमानाप्रमाणं घडणारे आसपासचे बदल निरखणं या गोष्टींनीही तणाव कमी करता येतो.

१०. एकावेळी एकच गोष्ट जाणीवपूर्वक करा. चित्त वर्तमानात ठेवा. जे काही करत असाल ते सावकाश ; पण अधिक जाणीवपूर्वक, अधिक हेतूपूर्वक आणि आदरानं करा.

११. भूतकाळात घडून गेलेल्या गोष्टींबद्दलच्या अपराधीपणाच्या भावनेत किंवा भविष्यकाळाच्या चिंतेत स्वतःच्या बहुमोल आयुष्याचा वेळ वाया घालवू नका.

१२. तणाव कमी करण्याच्या वेगवेगळ्या पद्धती माहीत करून घ्या. त्यातली एक तरी नियमितपणे वापरत चला.

१३. जेव्हा तुम्ही रागावलेले असता, तेव्हा स्वतःलाच विचारा की, 'मी यातून काय शिकू शकतो ?'

१४. अपेक्षांमधून प्रचंड तणाव निर्माण होऊ शकतो. म्हणून तुमच्या अपेक्षा वास्तव ठेवून तणाव कमी करा.

१५. प्राधान्यक्रम ठरवून घ्या. अनावश्यक जबाबदाऱ्या टाळा.

१६. शरीर सैलावण्यासाठी कामातून छोटी-छोटी सुट्टी घ्या.

१७. तुमच्या आयुष्यात मौजमजा आणि उत्स्फूर्तता यासाठी वेळ असू द्या. कामांचं वेळापत्रक असू द्या. दर दोन कामांमध्ये थोडा वेळ असू द्या.

१८. स्मित करा, हसा, चिंता करणं थांबवा, अधिक आनंदी व्हा.

१९. दुसऱ्यावर जबाबदारी टाकायला शिका.

२०. साखर, मीठ, कॅफीनयुक्त पदार्थ - चहा/कॉफी आणि मद्य यांच्या सेवनावर नियंत्रण ठेवा.

२१. स्वतःवर आणि इतरांवर माया, प्रेम करा. कोणाचाही द्वेष करू नका ; पण विश्वास फक्त काही जणांवरच ठेवा.

२२. बदल आणि आव्हान म्हणजे शिकण्याची आणि वाढण्याची संधी आहे.

२३. आकाशातले ढग, पाण्यातल्या लहरी न्याहाळा, संगीत ऐका, भोवतालच्या विविध आवाजांमध्ये लक्ष द्या. दोन आवाजामधली शांतता लक्षात घ्या.

२४. तुमची वैयक्तिक आधार व्यवस्था उभी करा आणि नीट जोपासा.

२५. आयुष्य हा एक प्रवास आहे. त्या प्रवासात फुलांचा वास घ्यायला विसरू नका. आयुष्य समृद्ध होण्यासाठी नातेवाइकांच्या आणि मित्रांच्या सहवासात वेळ घालवा.

मनःशांतीसाठी आवश्यक बाबी :

१. कौटुंबिक स्वास्थ्य

२. व्यावसायिक यश

३. आर्थिक प्रगतीस सांस्कृतिक उन्नतीची जोड

४. भौतिक सुखांचा संयमित आस्वाद.

५. निर्भयता

६. सहनशीलता

७. अहिंसा

आरोग्य हीच खरी संपत्ती

प्रतिज्ञा आरोग्याची

'शरीर माझं मंदिर आहे. सारे निरोगी मानव माझे बांधव आहेत. माझ्या शरीरावर माझं प्रेम आहे. माझ्या शरीरातल्या पेशी, हाडं, रक्त आणि मेंदू या सर्वांचा मला अभिमान आहे. या शरीराला स्वास्थ्य देण्याची माझ्या अंगी पात्रता यावी म्हणून मी सदैव प्रयत्न करेन. मी माझ्या कुटुंबाचा, नातेवाइकांचा, मित्र-मैत्रिणींचा, शेजाऱ्यांचा मान ठेवेन आणि प्रत्येकाशी सौजन्यानं आणि माणुसकीनं वागेन. माझा देश आणि माझे (फॅमिली) डॉक्टर यांच्याशी निष्ठा राखण्याची मी प्रतिज्ञा करत आहे. माझं आरोग्य आणि समृद्धी यातच माझं सौख्य सामावलं आहे.'

शरीर हीच खरी संपत्ती आहे. आपण सर्वांनी वेल्थच्या पाठीमागं न लागता हेल्थकडं लक्ष द्यावं.

H - एच म्हणजे हॅबिट : सवयींतून स्वभाव बनतो.

E - इ म्हणजे एक्सरसाईज : आयुष्य ही एक परीक्षा आहे. ती उत्तीर्ण होण्यासाठी नियमित व्यायामाची गरज असते.

A - ए म्हणजे ॲटिट्यूड : आपला दृष्टिकोन सकारात्मक असावा. त्यामुळं अशक्य वाटणाऱ्या गोष्टी सहज शक्य होतात.

L - एल म्हणजे लव्ह : प्रेम हे आपल्या संस्कृतीचं पवित्र मूल्य आहे.

T - टी म्हणजे टेन्शन फ्री लाईफ : तणावमुक्त जीवन हवं.

H - एच म्हणजे हॅपी माईंड : आपले मन आनंदी असावं.

भारतीय तिरंगी झेंडा : प्रत्येक भारतीयाला भारतीय झेंड्याचा अभिमान आहे. त्यातल्या तीन रंगानुसार भारतीयांनी आरोग्य सांभाळावं.

१) **केसरी रंग :** शरीरवर्धक डाळी, कडधान्यं.

२) **पांढरा रंग :** शक्तीवर्धक तेल, तूप, लोणी, साखर, पिठं.

३) **हिरवा रंग :** संरक्षक आहार पालेभाज्या, कोथींबीर, फळं.

जीवनात आहाराचं अनन्यसाधारण महत्त्व आहे. नव्वद टक्के आजार खाणं-पिणं चुकीचं असल्यास होतात. काय खावं, काय खाऊ नये यावरच सर्व खेळ आहे.

आयुष्यात प्रकृती इतकी दुसरी कोणतीच गोष्ट महत्त्वाची नाही. उत्तम आरोग्य हीच माणसाची सर्वांत मोठी संपत्ती आहे. एक सुप्रसिद्ध वचन आहे की, 'पैसा गेला तर जाऊ दे, पैसा काय केव्हाही मिळवता येईल; पण आरोग्याचं तसं नाही. एकदा प्रकृतीची गाडी घसरली की, ती पूर्ववत रुळावर यायला वेळ लागतो आणि पैसाही मोजावा लागतो. आणि त्यासाठी पथ्यपाणी सांभाळण्याची गरज असते.'

आपले बरेचसे आजार मनाचे असतात किंवा निराशेपोटी उद्भवतात. आजच्या स्पर्धेच्या युगात माणूस एकीकडं भौतिक सुबत्ता अनुभवत असतो आणि दुसरीकडं मानसिक शांतता गमावून बसतो. मनात बेचैनी, असमाधान असेल तर शरीरातल्या रसायनामध्ये अनेक अनिष्ट बदल घडतात आणि त्यातून मधुमेह, हृदयरोग, रक्तदाब, पक्षाघात असे रोग उद्भवतात असं वैद्यकशास्त्र म्हणतं. हल्लीची जीवनशैली म्हणजे 'Hello, Hi, Bye. Fast food, Fast life, Fast death' आणि शहरी जीवन, व्यायामाचा अभाव, वाढते प्रदूषण, चमचमीत सत्त्वहीन अन्न, विविध व्यसनं. सध्याचा जमाना फास्ट फूडचा असल्यानं आपण पिझ्झा, बर्गर, पॅटीस, वडापाव, पावभाजी इत्यादी पदार्थांकडं वळलेलो आहोत. फास्ट फूडनं तात्पुरतं पोट भरेल; पण हे फूड शरीराचं पालनपोषण करू शकत नाही. आज आपणा सर्वांना पाश्चात्त्य जीवनशैलीनं भुरळ घातलेली आहे. एकविसावं शतक ताणतणावाचं आहे. त्यामुळं रक्तदाब, मधुमेह आणि हृदयविकाराचं प्रमाण सध्या वाढलं आहे. नियमित व्यायाम, समतोल आहार, पुरेशी विश्रांती, मानसिक शांतता नसल्यामुळं आपणा सर्वांची जीवनशैलीच बदलून गेली आहे. वास्तविक ब्रेकफास्ट राजासारखा, लंच प्रजेसारखं आणि डिनर भिकाऱ्यासारखं घ्यायला हवं.

आरोग्य : आपण जेवढ्या वेळी खाण्यासाठी 'आ' करू तेवढा 'रोग' आपल्या जवळ येतो.

आहार : आपण जेवढ्या वेळी खाण्यासाठी 'आ' करू तेवढी आपली 'हार' होते.

आजार : आपण जेवढ्या वेळी खाण्यासाठी 'आ' करू तेवढा आजार आपल्याजवळ येऊन आपण आजारी पडतो.

सुखी माणसाची लक्षणं : निरोगी शरीर, उत्तम भूक, मानसिक शांतता, गाढ झोप, या गोष्टी आपण पैशानं खरेदी करू शकत नाही. एक वेळा जेवतो तो योगी, दोन वेळा जेवतो तो भोगी, तीन वेळा जेवतो तो रोगी, चार वेळा जेवतो तो महारोगी. भोगी तो रोगी. योगी तो निरोगी.

'निरोगी जीवन जगणं हा एक मूलभूत मानवी हक्क आहे,' हे तत्त्व युनो आणि जागतिक आरोग्य संघटना यांनी मान्य केलं आहे. जागतिक आरोग्य या संस्थेने आरोग्याची एक प्रमाणभूत व्याख्या तयार केली आहे. 'आरोग्य म्हणजे रोग नसणं एवढंच नव्हे; तर शारीरिक, मानसिक आणि सामाजिक पातळीवर कल्याणप्रद स्थिती म्हणजे आरोग्य होय.'

निरोगी शरीर असेल तरच आपण सर्व प्रकारच्या सिद्धी प्राप्त करून घेऊ शकतो. 'शरीर माद्यं खलु धर्मसाधनम्' म्हणजे शरीर हेच खरेखुरं धर्मसाधनाचं प्रमुख साधन आहे.

संत तुकाराम महाराज म्हणतात, 'शरीर वाईटही नाही आणि चांगलंही नाही म्हणजे त्याला जसं आपण ठेवू आणि त्याचा उपयोग करून घेऊ तसं ते आहे.'

शरीर उत्तम चांगले। शरीर सुखाचे घोसुले।।
शरीरे साध्य होय केले। शरीरे साधले परब्रह्म।।

'फूड इज बेस्ट मेडिसिन,' असं आधुनिक औषधीशास्त्राचे पितामह डॉ. हिप्पोक्रॅटस नेहमी सांगत. ज्या घटकांवर पिंडाचं पोषण होतं, तो घटक म्हणजे आहार होय. शरीराची झालेली झीज भरून काढणं आणि शक्ती पुरवणं हे काम आहारामुळं होतं. त्यासाठी षड्रस (कडू, गोड, आंबट, तिखट, खारट, तुरट) आहार घेतलाच पाहिजे. मांसाहारापेक्षा शाकाहारच अधिक चांगला आहे. पोषक आहार म्हणजे सोयाबीन, डाळी, मोड आलेली कडधान्यं, रिफाईंड न केलेले शेंगदाण्याचं किंवा तिळाचे तेल, हिरव्या पालेभाज्या, दूध, दही, ताक, पनीर इत्यादी. आपला आहार शुद्ध, सात्त्विक, साधा आणि कमी मसालेदार पदार्थांचा असावा.

हल्ली खाण्या-पिण्याचं ताळतंत्र सुटलं आहे. केव्हाही, कधीही, कसंही, कुठंही, काहीही खाल्लं-प्यायला जातं. अयोग्य खाण्यातच आजाराचं मूळ आहे. योग्य आहार, विहार, पुरेसा व्यायाम, चांगले विचार आणि सकारात्मक, होकारात्मक, विधायक दृष्टिकोन ही नैसर्गिक रोगप्रतिकारक शक्ती सुदृढ ठेवणाऱ्या गुरुकिल्ल्या आहेत.

शरीर आणि मन यांचा फार जवळचा संबंध आहे. शरीर चांगलं तर मन चांगलं. शरीर रोगट असेल, तर मनही रोगट बनतं. चांगल्या निरोगी शरीरात निरोगी मन राहू शकते. आरोग्याशिवाय कोणत्याच क्षेत्रात आपली प्रगती होऊ शकत नाही. आरोग्य बाजारात

विकत मिळत नाही, ते कमवावं लागतं. मानसिक आरोग्याचं संवर्धन करण्यासाठी प्रेम हे एक उत्तम टॉनिक आहे. हसणं हे सर्व रोगांवरील रामबाण औषध आहे.

मन हे अन्नमय आहे. अरुण ऋषी सांगतात, 'आपण जे अन्न खातो, त्याच्या स्थूल भागापासून मल तयार होतो. मध्यम भागापासून रक्त, मांस आणि शारीरिक अवयव बनतात. तर सूक्ष्म भागापासून मन बनतं म्हणून मन चांगलं राहण्यासाठी सात्त्विक आहार घ्यावा. देह हा अन्नाच्या मध्यम अंशापासून बनतो, तर मन हे अन्नाच्या सूक्ष्म भागापासून बनतं म्हणून मनसुद्धा अन्नमयच! मन आणि देहाचा एकमेकांवर परिणाम घडून येतो. देह बिघडला की मन बिघडतं आणि मन बिघडलं की देह बिघडतो म्हणून दोन्हींचीही निगा प्रत्येकानं राखावी.

शुद्ध हवा, शुद्ध पाणी, संतुलित आहार आणि थोडासा व्यायाम यावरच मानवाचं संपूर्ण आरोग्य अवलंबून आहे. आहार आणि आरोग्य यांचा परस्परांशी अत्यंत गाढ संबंध आहे. ज्याला ध्येय साध्य करायचं आहे, यश प्राप्त करून घ्यायचं आहे, त्यानं आहारावर बारीक लक्ष दिलं पाहिजे. पोट बिघडणं हे सर्व व्याधींचे मूळ कारण आहे. पोट स्वच्छ तर रोग फस्त. गीतेच्या सहाव्या अध्यायात आहार 'परिमित' आणि 'सत्त्वयुक्त' असावा असं म्हटलं आहे. आरोग्यासारखं महान सुख जगात दुसरं कोणतंही नाही. त्यामुळं आहार विहाराच्या बाबतीत नेहमी सावधगिरी बाळगली पाहिजे. आपण जो आहार घेतो त्यापैकी पंचवीस टक्के आहारावर आपण जगत असतो. बाकीच्या पंचाहत्तर टक्क्यांवर डॉक्टर्स आपली पोटं भरत असतात. या वक्तव्यात कदाचित अतिशयोक्ती असेल; परंतु यामध्ये खोटं काहीच नाही. एका आरोग्य शास्त्रज्ञानं असं म्हटलं आहे की, 'आपण आपली कबर आपल्या हातांनीच खोदत असतो.' इंग्रजीत असं म्हटलं आहे की, 'ॲन ॲपल अ डे, कीप्स डॉक्टर अवे.' केव्हा? कधी? आणि काय? खावं हे ज्याला कळतं, त्याला विवेकी मनुष्य म्हणता येईल. भुकी तो सुखी, भुकेला खाणार त्याला आरोग्य मिळणार. कारण आरोग्याचा मार्ग पोटातून जातो.

आरोग्यदायी जीवनासाठी आपण आपल्या पोटाचे चार भाग करू. एका भागात अन्न, दुसऱ्या भागात पाणी, तिसऱ्या भागात हवा आणि चौथा भाग रिकामा ठेवल्यास रोग आपणाजवळ फिरकणार नाही; पण याचा विचार आपण करतो का? हा खरा महत्त्वाचा प्रश्न आहे. आहार कसा असावा? आहार मर्यादित असावा. आहारात हातसडीच्या तांदळाचा वापर करावा. आहारात पालेभाज्या, फळभाज्या, घरचं लोणी यांचा वापर करावा. वाजवीपेक्षा जास्त आहार करू नका. जेवताना घास चावून चावून खा. जेवणापूर्वी आणि जेवताना शक्यतो पाणी पिऊ नका. जेवणानंतर अध्र्या किंवा एक तासानं पाणी प्या. भावनांचा प्रक्षोभ झाला असेल तर त्या वेळी जेवू नका. अति गरम, अति थंड, अति तिखट आणि अति गोड पदार्थ वर्ज्य करा.

मसालेदार, तळलेले पदार्थ शक्यतो टाळाच. भूक नसेल तेव्हा काही खाऊ नका. जिभेला जे रुचतं ते पोटाला पचेलच असं नसतं.

अन्न-पाणी-फळं :

शुद्ध आणि स्वच्छ पाणी प्यावे.

खाण्याचे पदार्थ स्वच्छ, ताजे आणि गरम असावेत.

उघड्यावर असलेले अन्न खाऊ नये.

उष्टं, शिळं, आंबलेलं, कुजलेलं, कुबट वास असलेलं अन्न खाऊ नये.

ऋतुमानाप्रमाणे मिळणारी फळं आठवड्यातून दोन ते तीन वेळा अवश्य खावीत.

खालील गोष्टी टाळाव्यात :

चहा, कॉफी, साखर, मीठ, बेकरी उत्पादने, थंड पेये, आइस्क्रीम, बर्फ, फ्रिज मधलं थंड पाणी, तेलकट, चमचमीत पदार्थ, गोड पदार्थ, मांसाहार, अंडी, रिफाईंड तेल, विडी, सिगारेट, तंबाखू, मिसरी, तपकीर, मावा, सुपारी, गुटखा, मद्य इत्यादी.

खालील गोष्टी खा :

मोड आलेली कडधान्यं, पालेभाज्या, फळभाज्या, काकडी, गाजर, मुळा, बीट, टोमॅटो, कोबी, कांदा, दूध, दही, ताक, लोणी, शुद्ध-साजूक तूप, फळं-ऋतुमानानुसार

आहाराचे प्रकार :

करोडपती आहार : दूध, सुकामेवा, फलाहार.

लखपती आहार : पालेभाज्या, फळभाज्या, कडधान्यं.

मध्यमवर्गीय आहार : मांसाहार.

दरिद्री आहार : तेलकट, तूपकट पदार्थ, खारे पदार्थ, मीठ, साखर.

रोग होऊ नये म्हणून सप्तपदी :

१. प्रत्येकानं नैसर्गिक स्वच्छता पाळावी.

२. प्रत्येकानं आपल्या आजूबाजूच्या परिसराची स्वच्छता पाळावी.

३. ताजं, स्वच्छ, गरम अन्न खावं. स्वच्छ, शुद्ध पाणी प्यावं.

४. रोज नियमितपणे आंघोळ करावी.

५. नियमितपणे नखं कापावीत.

६. दुसऱ्यांच्या वस्तूंचा वापर कटाक्षानं टाळा. उदाहरणार्थ, कपडे, रुमाल, मोजे, कंगवा, चप्पल, बूट इत्यादी.

७. रोगप्रतिकारक शक्तीसाठी योग्य व्यायाम आणि समतोल आहार घ्या.

आरोग्याची पंचपदी :

१. आहार हेच औषध.

२. औषधाविना बरं व्हा.

३. आपलं आरोग्य आपल्या हाती.

४. तुम्हीच व्हा तुमच्या आरोग्याचे रखवालदार.

५. जगण्यासाठी खा, खाण्यासाठी जगू नका.

स्थूलपणा अथवा लठ्ठपणा

बऱ्याच वर्षांनंतर शरीरात जे अतिरिक्त फॅट म्हणजे मेद जमा होतात, त्याला 'लठ्ठपणा' म्हटलं जातं. लठ्ठपणा बऱ्याच वेळा अनुवंशिक असतो. जास्त लठ्ठपणामुळं रक्तदाब आणि मधुमेहावर परिणाम होण्याची दाट शक्यता असते. तसंच हृदयावरही ताण येतो. कारण भूक नसताना जेव्हा आपण खातो, तेव्हा शरीरातली ऊर्जा फॅटच्या रूपात जमा होते. जास्त कॅलरीमुळं लठ्ठपणा येतो. जास्त खाणं आणि कमी काम करणं त्यामुळं लठ्ठपणा येतो.

शरीरशास्त्र असं सांगतं की, जसजसं वय वाढत जातं तसतशा कॅलरी बॅलन्स करणं कठीण जातं. परिणामी जास्तीचे फॅट जमा होऊन वजन वाढतं. वयाच्या साठीनंतर शारीरिक हालचाली बऱ्याचशा प्रमाणात कमी होतात. काम न केल्यानं, काम नसल्यानं, खाण्या-पिण्यानं स्थूलपणा येतो. धूम्रपानामुळं शरीरातील अतिरिक्त ऊर्जा नियमितपणे जळत राहते; परंतु धूम्रपान बंद केल्यानंतर या अतिरिक्त ऊर्जेचं ज्वलन थांबतं. ऊर्जेचं जळणं बंद झाल्यानं वजन वाढतं.

सांधेदुखी : सांधेदुखीवर खात्रीशीर उपाय नसला तरी शेकण्यासारख्या उपायानं आणि विश्रांतीनं ते दुखणं काही प्रमाणात कमी होऊ शकतं. वेदना तरी कमी होतात.

पक्षाघात : म्हणजे परावलंबित्त्व येणं. या आजारामुळं वृद्ध विकलांग तर बनतोच; पण मानसिकदृष्ट्या तो खचूनही जातो.

गुडघेदुखी : उतारवयात बहुतांशी लोक गुडघेदुखीनं त्रस्त असतात; पण केवळ योग्य

काळजी आणि पथ्यं पाळल्यास हा त्रास काही महिन्यात कमी होऊ शकतो. जमिनीवर मांडी घालून तास न् तास बसणं टाळावं. शौचासाठी कमोड वापरावं. लांब चालायचं असल्यास काठीचा वापर करावा. रोज अर्धा तास चालावं, हा सर्वांत चांगला व्यायाम असल्यामुळं संपूर्ण शरीराला व्यायाम मिळतो. संपूर्ण शरीराचं वजन दोन्ही गुडघ्यावर येत असल्यामुळं जितकं वजन कमी तितका गुडघ्याचा त्रास कमी. त्यामुळं वजन अजिबात वाढू देऊ नये. प्रत्येकानं आपल्या गुडघ्याला मेंदू समजूनच जपावं.

कंबरदुखी : कंबरदुखी ही ज्येष्ठांना त्रस्त करणारी प्रमुख व्याधी आहे. वाढत्या वयानुसार शरीराची झीज होत असते आणि तिचा परिणाम म्हणून अशा प्रकारचे त्रास उद्भवू शकतात. वयोमानानुसार हाडे ठिसूळ होतात आणि नाजूकता आल्यामुळं कंबरदुखी कायमचं दुखणं होऊन जाते. कंबरदुखी कोणत्याही वयात आणि कधीही होऊ शकते. धुम्रपानाच्या सवयींमुळं हाडं आणि मांसपेशी नाजूक होतात. परिणामी कंबर नाजूक होते. त्यामुळं सिगरेट, तंबाखू आणि मद्यपान टाळावं. खूप थंड अथवा खूप गरम वातावरणाचा हाडांवर विपरित परिणाम होतो.

मधुमेह : या शब्दाचा अर्थ आहे, सतत वाहणाऱ्या गोड लघवीचा आजार. तसंच जास्तीची साखर ज्यांच्या रक्तामध्ये आणि लघवीमध्ये असते त्या व्यक्तीला 'मधुमेही' म्हणतात. मधुमेह हा आजार औषधोपचारानं पूर्णपणे नियंत्रित ठेवता येतो. हृदयरोग आणि मधुमेह यांचा परस्परांशी जवळचा संबंध असून या एकाच नाण्याच्या दोन बाजू आहेत. इन्सुलीन हे साखर आणि पेशी या दोघांमधील माध्यम आहे. मधुमेह हा कायमस्वरूपी असतो. तो रोजच्या रोज आटोक्यात ठेवणं अत्यंत गरजेचं आहे. तसंच निदान झाल्यानंतर योग्य उपाययोजना केली, तर या जिवावर बेतणाऱ्या आजारांना सहज टाळता येतं. योग्य आहार, विहार, ध्यानधारणा, व्यायाम, योग अशा गोष्टींनी मधुमेह आटोक्यात राहण्यास मदत होते. सर्वसाधारणपणे मधुमेहींना भूक सहन होत नाही. त्यांना वरचेवर भूक लागते. थोडक्यात मोजून-मापून भोजन घेणं हेच मधुमेह आटोक्यात ठेवण्याचं रहस्य आहे. मधुमेह नियंत्रणात ठेवण्यासाठी नियमित जेवण, व्यायाम आणि गरजेप्रमाणं औषधं ही त्रिसूत्री अत्यावश्यक आहे. दीर्घकालीन मधुमेह मेंदूची कार्यशक्ती कमी करतो. ज्यांना नैराश्याचा विकार आहे, त्यांना मधुमेह होण्याची शक्यता दुप्पट असते.

रक्तदाब : उच्च रक्तदाब म्हणजे ज्यांचा वरचा systolic BP140 mm of Hg च्यावर आणि खालचा Diastolic B. P. 80 mm of Hg च्यावर आहे, त्याला

आपण 'उच्च रक्तदाब' म्हणतो. म्हणजे जसजसं वय वाढत जातं, तसतसा BP वाढत जातो. अनुवंशिक रक्तदाब हा पिढ्या न् पिढ्या चालतो. BP वाढलेला असणं म्हणजे रक्ताच्या वाहिनीतील दाब वाढणं होय.

हृदयरोग : हा आजार टाळण्यासाठी आहार, व्यायाम, वजन कमी करणं, मानसिक त्रास कमी करणं, धुम्रपान, मद्यपान बंद करणं, मधुमेह असल्यास त्यावर ताबा ठेवणं, नियमितपणे रक्ताच्या चाचण्या करणं गरजेचं आहे. जितकं कोलेस्ट्रॉल जास्त तितका हृदयविकाराचा त्रास होण्याची शक्यता जास्त असते.

प्रत्येक ज्येष्ठ नागरिकानं जेवणात पन्नास टक्के फायबर रोज घेतलं पाहिजे. त्यामुळं पोट नियमितपणे साफ होईल. कोलेस्ट्रॉल कमी होईल आणि हृदयविकारापासून ते दूर राहतील. ज्या ज्येष्ठांची किडनीची कार्यक्षमता ठीक नसते. त्यांना केव्हाही हृदयरोगाची बाधा होऊ शकते. किडनीचा त्रास असल्यास हृदयविकार होण्याची शक्यता जास्त असते. हृदयविकार होणं न होणं हे सर्व आपल्याच हातात आहे. वजन कमी करणं, नियमित व्यायाम करणं, रोज ३० मिनिटं कमीत कमी चालणं, आहारावर संतुलन ठेवणं, सकारात्मक विचारसरणी ठेवणं त्यामुळे धोका टळण्यास मदत होईल.

बद्धकोष्ठ : वयोमानानुसार शरीरातील प्रत्येक अवयवात शिथिलता येते. या सर्व गोष्टींचा परिणाम सर्वात जास्त अन्ननलिकेवर होतो. त्यामुळं साहजिकच अन्ननलिकेशी निगडित असलेल्या आजारांवर याचा अधिक परिणाम होतो. अन्ननलिकेची सुरुवात मुखाद्वारे होऊन गुदद्वारापर्यंत असते. अन्ननलिकेचा एक आजार बद्धकोष्ठ म्हणजे कॉन्स्टिपेशन. बद्धकोष्ठ म्हणजे पोट नियमितपणे साफ न होणे. याची बरीचशी कारणं आहेत. ज्यांचं वय पासष्ठ वर्षांच्यावर आहे, अशा सव्वीस टक्के पुरुषांना आणि चौतीस टक्के स्त्रियांना हा विकार असतो.

पुढील सहा कारणांमुळं बद्धकोष्ठतेचा आजार जडतो :
१) वाढते वय : वाढत्या वयामुळे शरीराची हालचाल कमी होऊन मोठ्या आतड्यातसुद्धा शिथिलता येते. परिणामी आतड्यात जमा झालेला मल (स्टूल) पुढं सरकत नाही आणि त्यामुळं बद्धकोष्ठाचा त्रास होतो.
२) द्रव्याचं प्रमाण कमी होणं : तरल पदार्थ जसं वरण, दूध, ताक, पाणी यांचं सेवन उतरत्या वयात कमी होते. परिणामी जमा झालेल्या मलात पाण्याची मात्रा कमी मिळते. त्यामुळे मल पुढं सरकत नाही.

३) तंतुमय पदार्थ कमी खाणं : वृद्धत्वात दात खराब झाल्यामुळं चावण्याची क्षमता कमी होते. त्यामुळं म्हातारे लोक तंतू-फायबर असलेल्या काकडी, गाजर, मुळा इत्यादी पदार्थांपासून दूर राहतात. फायबरयुक्त पदार्थांच्या सेवनामुळं पचनाची प्रक्रिया सुरळीत होते. त्यांचं सेवन न केल्यास मल कडक होऊन मूळ जागेवरून पुढं सरकत नाही.

४) वाढत्या वयात मेंदूचंही वय वाढतं. मेंदूपण थकतो. वेगवेगळे नकारात्मक विचार मनात येऊन वृद्धांना नैराश्य येतं. त्यातूनही बद्धकोष्ठ होण्याची शक्यता असते.

५) काही ठरावीक औषधांच्या सेवनामुळं बद्धकोष्ठ निर्माण होऊ शकतो. काहीवेळा एखाद्या आजाराकरता सुरू औषधे अचानक बंद करावी लागल्यास बद्धकोष्ठ होते.

६) मोठ्या आतड्याचे आणि रेक्टमचे (मोठ्या आतड्याला आणि गुद्द्वाराला जोडणारा फुगा) विविध आजारांमुळंही बद्धकोष्ठ होते.

आरोग्याची अष्टसूत्री : ज्येष्ठांनी सर्वांगीण आरोग्यासाठी पुढील आठ गोष्टींवर नेहमी लक्ष ठेवावं.

१) डॉक्टरांशी चांगले संबंध ठेवा : कमीतकमी एका डॉक्टराशी सलोख्याचं आणि विश्वासाचं नातं ठेवावं. जेणेकरून अडचणीच्या वेळी डॉक्टर आपल्या घरी येऊन वा फोनवरून वैद्यकीय मार्गदर्शन करू शकेल. दरवेळेस त्यांच्या तपासणी फी संबंधी जरूर विचारून ती द्यावी.

२) नियमित चाचण्या करा : दरवर्षी वय आणि आजार यांच्या अनुषंगाने आवश्यक असणाऱ्या सर्व चाचण्या करून घ्याव्यात.

३) नियमित व्यायाम करा : नियमितपणे एक ते दोन तास मानसिक आणि शारीरिक व्यायाम आपल्या नेहमीच्या डॉक्टरांच्या सल्ल्यानं करावेत.

४) वेळेचा सदुपयोग करावा : आपला वेळ सत्कारणी लावावा. आपल्या वयाचा आणि अनुभवाचा जास्तीत जास्त फायदा स्वतःला, स्व-जनांना आणि समाजाला व्हावा या दृष्टीनं सतत प्रयत्नशील राहावं.

५) मेंदू व्यस्त ठेवा : 'खाली दिमाग शैतान का घर!' ही म्हण लक्षात ठेवा. ज्येष्ठांकडं रिकामा वेळ बराच असतो. हा वेळ वर्तमानपत्रं, साप्ताहिकं, पाक्षिकं, मासिकं, पुस्तकं, दिवाळी अंक इत्यादींच्या वाचनात घालवावा. आलेल्या प्रत्येक निमंत्रण पत्रिकेचा मान ठेवून घराबाहेरील विविध कार्यक्रमांना उपस्थित राहण्यात, कॉम्प्युटर येत असेल तर इंटरनेटवर बसण्यात वेळ घालवावा. व्यस्त राहून मस्त राहा.

६) आर्थिक व्यवहारांवर ताबा ठेवावा : आर्थिक व्यवहारासंदर्भात मनावर ताबा ठेवावा. स्वतःचं जीवन शक्यतोवर स्वतःच्याच मदतीनं जगता येईल या पद्धतीनं

आर्थिक नियोजन करायला हवं. कुठलाही नवीन कार्यक्रम जमा रक्कम संपवून करू नये. भावनेच्या भरात अतिखर्च करू नये.

७) वाणी शुद्ध ठेवा : आपल्या वाणीवर आणि शारीरिक हालचालींवर ताबा ठेवावा. विचारल्याशिवाय मत मांडू नये. ज्यामुळं खांदा, कंबर अशा कोणत्याही अवयवांवर अतिताण येईल अशा हालचाली करू नयेत.

८) संतुलित आहार ठेवा : वय, आजार, आर्थिक परिस्थिती आणि आरोग्याला अनुसरून आपला आहार ठेवावा.

आरोग्यवर्धक सूचना

१) जे लोक पहाटेस लवकर उठत नाहीत, ते कधीच स्वस्थ राहत नाहीत.

२) रोज सूर्योदयापूर्वी उषःपान करा.

३) सकाळी झोपेतून उठल्या-उठल्या चूळ भरून साधं पाणी किंवा कोमट पाणी प्या. लिंबू पाणी घेतल्यास अति उत्तम.

४) सकाळी उठल्यानंतर आणि रात्री झोपण्यापूर्वी दात घासावे. जिभेची नीट सफाई करावी.

५) प्रातःकाळी आणि सायंकाळी नामस्मरण, प्रभुस्मरण अवश्य करावं.

६) नित्यक्रियेनंतर आपल्याला झेपेल एवढा नियमित व्यायाम अवश्य करावा.

७) सकाळचं ऊन अंगावर घ्या. त्यामुळं व्हिटॅमिन डी मिळेल.

८) निसर्गाच्या जवळ राहावं. निसर्गाच्या नियमांचे पालन करावं.

९) रोज नियमितपणे स्नान करण्याची सवय ठेवावी.

१०) सकाळचा नाश्ता हलका ठेवावा. नाश्ताचा अतिरेक टाळावा.

११) भूक नसेल तर खाऊच नका. वरचेवर खाण्याची सवय सोडून द्या.

१२) गाईचं दूध आरोग्यासाठी उत्तम असतं. त्याचं सेवन करावं.

१३) ऋतुमानानुसार फळं, दूध आणि अंकुरित धान्याचा आहार घ्यावा.

१४) फळे, भाज्या, डाळी स्वास्थ्यवर्धक असतात.

१५) आहारात दूध, दही, ताक असावं.

१६) जेवताना शक्यतो पाणी पिऊ नये. जेवणाआधी अर्धा तास आणि जेवणानंतर एक तासांनी प्यावं.

१७) जेवताना शक्यतो मौन राखण्याचा प्रयत्न करावा.

१८) आहारात मांसाहार, अति आंबट, अति तिखट, अति गोड, अति मसालेदार आणि तळलेले पदार्थ टाळावेत.

१९) फ्रिजचे पाणी, थंडपेये, आइस्क्रीम टाळावेत.

२०) आहारात शक्यतो पीठ न चाळता कोंड्यासकट पोळ्या, भाकरी कराव्यात. हातसडीच्या तांदळाचा वापर करावा.

२१) खाण्यावर संयम ठेवा. गच्च पोट भरून जेवू नका.

२२) क्षारांमुळं आणि पौष्टिक पदार्थांच्या अतिरेकानं विषद्रव्यं निर्माण होतात.

२३) चरबीयुक्त पदार्थ वर्ज्य करा.

२४) स्वतःवर सतत नियंत्रण, लक्ष ठेवावं.

२५) थकल्यानंतर आराम करावा.

२६) आळस झटकून उत्साही राहावं.

२७) वजन वाढू देऊ नका.

२८) चहा, कॉफी, तंबाखू, गुटखा, अफू, गांजा, दारू या उत्तेजक पदार्थांचे सेवन करू नये.

२९) शरीर, विचार, आचार शुद्धीसाठी आठवड्यातून एक उपवास पाणी पिऊन किंवा रसाहार, फलाहार करून करावा.

३०) दिवसातून तीन ते चार वेळेस डोळे थंड पाण्यानं धुवावेत.

३१) शौचाला जाऊ किंवा नको अशा द्विधा मनःस्थितीत जाणं योग्य ठरतं.

३२) त्रिफळाचूर्ण कोमट पाण्याबरोबर रात्री सेवन करावं.

३३) रात्री झोपताना एक कप कोमट दूध, एक चमचा साजूक तूप घालून घ्यावं.

३४) झोपण्यासाठी नरम बिछान्याचा आणि उशीचा उपयोग करावा.

३५) वाईट विचारांचा त्याग करून चांगल्या विचारांना धारण करावं.

३६) मन प्रफुल्लित आणि हसरं ठेवावं.

३७) जेवण निम्मे, पाणी दुप्पट, व्यायाम तिप्पट, हसणे चौपट आणि नामस्मरण पाचपट करावे.

३८) जसा व्यवहार इतरांनी आपल्याशी करावा असे आपणास वाटते. तसाच व्यवहार आपण इतरांबरोबर करावा.

३९) कर्म करावे; पण फळाची अपेक्षा करू नये. फळाच्या मागे धावू नये.

४०) अपेक्षा वाढवू नये. कारण अपेक्षाभंग झाल्यानं दुःख वाढते. त्यामुळं जीवनातला आनंद कमी होतो.

४१) आपण जे काही आहोत ते प्रभुचरणी अर्पण करावं. असं केल्यानं जीवनाचा आनंद प्राप्त होतो. सारांशानं म्हणता येईल की, पोटात भूक, ताटात अन्न, मनात भाव अशा अवस्थेत अनुभवलेला आनंद हे भोजनाचं मर्म आहे.

खेळ :

खेळ ही एक आनंद साधना आहे. खेळामुळं मनाचं आणि शरीराचं आरोग्य चांगलं राहतं. खेळ खेळणं हा आनंदाचा ठेवा आहे. खेळ मैत्रीचं एक साधन आहे. खेळामुळं खिलाडूवृत्ती जोपासली जाते.

खेळाचे फायदे :

१) खेळामुळं स्वभाव मोकळा होतो.

२) खेळामुळं एक प्रकारची शिस्त लागते.

३) खेळामुळं संघभावना निर्माण होते.

५) खेळामुळं खेळाडूत येणाऱ्या परिस्थितीला धैर्यानं सामोरे जाण्याची वृत्ती निर्माण होते.

व्यायामाचे फायदे : व्यायामामुळं शारीरिक आणि मानसिक स्वास्थ्य चांगलं राहतं. आत्मविश्वास वाढतो. आशावादी वृत्ती विकसित होऊन आक्रमक आणि भांडखोरपणा कमी होतो. रक्ताभिसरण सुरळीत होऊन होऊन स्नायू, हाडं बळकट आणि कार्यक्षम होतात. शरीर आणि मन ताजंतवानं राहतं. तणाव झेलण्याची क्षमता वाढून उदासीनता कमी होते. कृतीशीलता आणि समस्या सोडवण्याची क्षमता वाढते.

चालणं हा सुलभ आणि सर्वांसाठी उपयुक्त ठरणारा व्यायाम प्रकार आहे. त्यामुळं निरोगी राहण्यासाठी भरपूर चाललं पाहिजे. चालण्यामुळं शरीर प्रकृती संतुलित राहते. चालण्यानं फुफ्फुसांना शुद्ध हवेचा पुरवठा होतो. चालण्यानं रक्ताभिसरणाला चालना मिळून हृदयाला बळकटी येते. वजन कमी करण्यासाठी चालण्यासारखा उत्तम व्यायाम नाही. सांधेदुखीचा त्रास असणाऱ्यांसाठी चालणं हा सर्वश्रेष्ठ व्यायाम आहे. चालण्यानं ताण-तणाव कमी होऊन शांत झोप लागते.

पोहणं हाही उत्तम प्रकारचा व्यायाम आहे. पोहण्यानं सर्व स्नायूंना व्यायाम मिळतो. पाठीचे-पोटाचे स्नायू बळकट होतात. पोहण्यानं मज्जातंतूचे स्नायू बळकट होतात. सांधेदुखी, संधिवात असणाऱ्यांसाठी पोहणं बलवर्धक ठरतं.

झोप : ज्येष्ठ नागरिकांना नैसर्गिक झोप मिळणं आरोग्याच्या दृष्टीनं आवश्यक आहे. त्यामुळं त्यांनी शांत आणि गाढ झोप लागावी म्हणून आरामतंत्रांचा वापर करावा. शवासन करावं. झोपण्यासाठी मऊ बिछाना आणि उशीचा वापर करावा. जेवण आणि झोप यामध्ये तीन तासांचं अंतर असावं. दुपारची झोप शक्यतो टाळावीच. झोप येण्यासाठी गोळ्या घेऊ नये. गोळ्यांची सवय लागण्याची दाट शक्यता असते.

झोप कमी झाल्यास ॲसिडीटी (आम्लपित्त) वाढते. डोळे जड होतात. अंग दुखतं, जांभया येतात, जळजळतं, मळमळतं, अस्वस्थ वाटतं. झोप जास्त झाल्यास अंगात आळस भरतो. सुस्ती येते. डोके सुन्न होतं. काही करावंसं वाटत नाही. झोपेच्या अनियमितपणामुळं अन्नपचन संस्था बिघडणं, स्वभाव चिडचिडा होणं, शारीरिक क्षमता घटणं आणि मेंदूचा तल्लखपणा कमी होणं, असे दोष निर्माण होतात.

दीर्घायुषी जीवनासाठी आवश्यक सात बाबी :

१. उद्योगी जीवन

२. नियमितपणा

३. सात्त्विक आहार

४. चिंतामुक्त जीवन

५. सकारात्मक विचारसरणी

६. लवकर झोपणं आणि उठणं

७. ईश्वरावर निरंतर विश्वास आणि अध्यात्म साधना

उपसंहार

निसर्गाचे आणि आरोग्यशास्त्राचे सर्व नियम पाळल्यानं, खाण्यापिण्यावर नियंत्रण ठेवल्यानं, नियमितपणे पूजापाठ, प्रार्थना, ईश्वरचिंतन, ध्यानधारणा केल्यानं, द्वेष, मत्सर आणि गर्व यापासून मुक्त राहून जो मनुष्य जीवन जगण्याचा प्रयत्न करतो, असा मनुष्य सर्व विकारांपासून मुक्त म्हणजे निरोगी तर होतोच ; परंतु दीर्घायुषीही होतो. रोज सकाळ-संध्याकाळ नियमित फिरण्याचा व्यायाम करावा. समवयस्क ज्येष्ठांशी गप्पा माराव्यात. त्यातून पुष्कळ प्रश्नांची उत्तरं सहजगत्या मिळतात. नाटक, चित्रपट बघत, गाणी ऐकत, स्नेहसंबंधाचं वर्तुळ वाढवल्यामुळं आनंद वाढतो.

सर्वेपि सुखिनः सन्तु, सर्वे सन्तु निरामयाः। सर्वे भद्राणि पश्यन्तु.

ज्येष्ठांची दशा आणि दिशा

अलीकडं कुटुंब विभाजनाचं प्रमाण पुष्कळ वाढल्यामुळं 'घर' नावाची संस्कृती नष्ट होत आहे. 'आम्ही दोघं आमची दोघं' या धोरणामुळं कुटुंबव्यवस्था कोलमडत आहे. त्याची झळ मात्र वृद्ध आई-वडिलांना सोसावी लागत आहे. वृद्ध आई-वडिलांनी मुलांची सगळी जबाबदारी घेऊन त्यांना शिकवलं, नोकरीला लावलं आणि आता आई-वडिलांना मुलांची गरज आणि मदत हवी असताना, मुलं त्यांची जबाबदारी टाळत आहेत. तरुण मुलांना वृद्ध आई-वडिलांची विचारपूस करायलासुद्धा वेळ नाही. वृद्ध आई-वडील आशेनं वाट बघत राहतात; पण 'मला वेळ नाही' या सबबीखाली मुलांकडून संवाद साधलाच जात नाही. शिवाय एकत्र कुटुंबपद्धती लयाला जात असल्यामुळं वृद्धांना एकाकी जीवन जगावं लागतं आहे. ही एक सामाजिक शोकांतिकाच आहे.

वृद्धांसमोर आर्थिक आघाडीवरही समस्या निर्माण झालेली आहे. तरुणांमध्ये केवळ स्वतःपुरतं बघण्याची प्रवृत्ती वाढत असल्यामुळं घरातील ज्येष्ठांना एकाकीपणातून वृद्धाश्रमाची वाट धरावी लागत आहे. उच्च शिक्षण घेऊन मुलं इतकी अतिलायक झाली आहेत की, ते स्वतःच्या जन्मदात्यांनाच नालायक ठरवू पाहत आहेत.

मोठ्या शहरातल्या त्रिकोणी वा चौकोनी कुटुंबात तर वृद्धांना जागाच शिल्लक राहिलेली नाही. तरुणांना थरथरणारी, डगमगणारी शरीरं दिसतात; पण त्याच शरीरात भळभळणारी आंतरिक व्यथा दिसत नाही. वृद्धांनाही भावनिक आधार हवा आहे. निरागस निर्व्याज प्रेम हवं आहे. हेच मुळी आजकालच्या तरुणांच्या लक्षात येत नाही.

वरील ओळीतून शायर वृद्धांच्या भावना किती चपखलपणे व्यक्त करत आहे.

ज्यांचं जीवन अनुभवसमृद्ध आहे, असे वृद्ध सध्या तरुण मंडळींना नकोसे झाले आहेत. मुलं, सुना, नातवंडांनी भरलेल्या घरात एकाकी जीवन जगणारे वृद्ध पाहिले की प्रश्न पडतो - वार्धक्य शाप तर नाही ना?

सध्याच्या काळात तरुणांप्रमाणंच लहान मुलांना आजी-आजोबांची गरज नाही, हेही अनुभवास येतं. टीव्हीवरील कार्टून चॅनेल्स, कॉम्प्युटर, व्हिडिओ गेम्स, गाणी, गोष्टी, मोबाईल, लॅपटॉप, यातच ह्यांची भूक भागवली जाते. निस्सीम प्रेमाची, मायेच्या स्पर्शाची मुलांना गरज वाटताना दिसत नाही. घरात वृद्धांशी खुल्या मनानं कुणी बोलत नाही. केवळ कर्तव्यापोटीच जेमतेम बोलण्याचा व्यवहार सुरू असतो.

वृद्धांनी आपल्याच खोलीत निःशब्द वावरावं. तिथूनच हॉलमधील मुलं-सुना-नातवंडं यांचं हसणं-बोलणं ऐकावं, मात्र त्यांच्यात सहभागी होऊ नये, अशी घरातल्यांची अपेक्षा असते. वृद्धांनाही मन असतं, घरात मनमोकळं बोलावंसं वाटतं; पण ह्या गोष्टींचा स्वीकार होत नाही. अशावेळी वृद्धांनी शेअरिंग कुणाशी करावं? त्यात बाहेर फिरण्यासाठी मज्जाव असल्यामुळं त्यांना मन मारूनच जगावं लागतं.

वृद्धांना मोबाईल किंवा कॉम्प्युटर यांचा कार्यक्षम वापर कसा करावा ह्या गोष्टी सांगण्यास/शिकवण्यास मुलांना वेळ नसतो किंवा इच्छाही नसते. त्यात पुन्हा या वयात तुम्हाला हे सगळं शिकून काय करायचं आहे? असा प्रश्नही विचारला जातो. अलीकडं पैशाला दिल्या जाणाऱ्या अवास्तव महत्त्वामुळं, वाढत्या महागाईनं तर वृद्धांना तोंड दाबून बुक्क्यांचा मार सहन करायची पाळी आली असून जीवनाच्या या सांजसमयी कण्हत कण्हतच रंगमंचावरून आपली एक्झिट होणार, या विवंचनेत वृद्धांना हळहळत जगावं लागत आहे.

मधुमेह, उच्चरक्तदाब, कंपवाद, कर्णबधिरता, विस्मृती, स्मृतिभ्रंश यासारख्या रोगांमुळे घरात टाळलं जाणं, दुर्लक्ष करणं असे प्रकार होतात. या परिस्थितीला नव्या पिढीतील कुणा एकाचा हा दोष नाही, तर तो संपूर्ण नवीन येऊ घातलेल्या समाजरचनेचा आहे. अशावेळी समाजानं, कायद्यानं ठोस पावले उचलायला हवी. वृद्धाश्रमासारखे पर्याय गांभीर्यानं चाचपून पाहण्याची वेळ आली आहे.

महात्मा गांधी, मदर तेरेसा, बाबा आमटे, विनोबा भावे, सिंधुताई सपकाळ अशा

कित्येक महान व्यक्तींनी स्वतःच्या वार्धक्यातही कार्यक्षमतेनं जगता येऊ शकतं, हे दाखवून दिलं आहे. हे सगळं ध्यानात घेऊन वृद्धांनी स्वतःला सक्षम करण्याचे प्रयत्न करावेत.

आयुष्याच्या सांजसमयी प्रत्येक क्षणाचा अर्थ
सांगणारं जीवन मला जगायचं आहे.
अंधारानंतरही माझ्या अस्तित्वाची
पहाट होताना पाहायचं आहे.

ज्येष्ठत्वाचं चिंतन

ज्याला उद्यासंबंधी विचार करता येतो; पण काय करायचं ते ठरवून आचरणात आणता येत नाही, तो वृद्ध होतो. वृद्धत्व हे मनाचं आणि विचारांचं असतं. विचार आणि मन तरुण असतील तर शरीराचं वृद्धत्व थोड्याशा प्रयत्नानं सुसह्य करता येतं.

'एकमेका साह्य करू' हे वचन भारतीय संस्कृतीचं एक बोलकं रूप आहे, त्याला स्मरून ज्येष्ठांनी ज्येष्ठांना मदत केली पाहिजे. आपल्या अनुभवाचा, प्रेमाचा, ज्ञानाचा लाभ परस्परांना व्हावा यासाठी झटलं पाहिजे. तेव्हाच 'अवघे धरू सुपंथ' हा ध्यास सिद्धीस जाईल. खरं तर ज्येष्ठ नागरिकांनी सवलती न मागता सोयीसुविधांची मागणी केली पाहिजे. आपल्या शुद्ध आचरणानं श्रेष्ठ बनण्याचा प्रयत्न करण्याची गरज आहे.

म्हातारपण कधी तरी येणारच, ते टाळता येत नाही. रोग आणि मृत्यूही कधी ना कधी येणारच, याचा धीरानं स्वीकार करायला हवा. अनेक प्रिय गोष्टी परिवर्तनशील असतात, नष्ट होणाऱ्या असतात याचा विवेकानं स्वीकार केला की जगण्याकडं पाहण्याची सामंजस्यशीलता रुजवता येते.

जीवन हे वाहतं असतं, ज्याचं जीवनावर प्रेम आहे त्यानं सेवानिवृत्त होऊन थांबण्यापेक्षा आनंदानं वाहतं राहायला पाहिजे. नव्या पिढीचे नवे विचार आणि वर्तन ज्येष्ठांनी समजून घेऊन ते स्वीकारणं आवश्यक असतं. अन्यथा ती एक मोठीच डोकेदुखी ठरण्याची शक्यता असते. बदलत्या परिस्थितीनुसार, काळानुसार आपणही बदलायला शिकलं पाहिजे. तेव्हाच खऱ्या अर्थानं जीवनाचा आनंद घेता येईल.

जसजसं आपण वयस्कर होत जातो, तसतसं आपलं शारीरिक सौंदर्य कोमेजतं; पण मनाचं सौंदर्य वाढत्या वयावर अवलंबून नसतं. उलट ते अनुभवातून शिकल्यामुळं, बरंचसं कमी बोलून, किंचित हास्य दाखवण्यामुळं उजळतंच.

एकविसावं शतक हे संख्येच्या दृष्टीनं ज्येष्ठांचं शतक आहे. ज्येष्ठ नागरिकांनी आपण समाजासाठी काय करू शकतो, यावर आवर्जून विचारमंथन करणं गरजेचं आहे.

सरते शेवटी ज्येष्ठत्वाचा समंजस स्वीकार करून ज्येष्ठत्वाला सर्जकतेनं नटवणं यातच वृद्धत्वाचा सन्मान आहे, हे नेहमी लक्षात ठेवलं पाहिजे.

मृत्यू

जन्म आणि मृत्यू ही संकल्पना निसर्गनिर्मित आहे. मानवी जीवनात वृद्धत्व आणि मृत्यू या दोन गोष्टी अटळ आहेत. जन्म आणि मृत्यू हे ईश्वरानं आपल्या हाती ठेवले आहेत. माणसाला जन्म हवा तिथं घेता येत नाही आणि मरणसुद्धा त्याला हवं तेव्हा मिळू शकत नाही. मानवी जीवनात वृद्धत्व आणि मृत्यू या दोन गोष्टी अटळ आहेत. जीवनाची सप्तपदी अडीच अक्षरांची आहे. १) ब्रह्म २) विश्व ३) जन्म ४) लग्न ५) प्रेम ६) मृत्यू ७) आत्मा.

जन्म आणि मृत्यू यामधलं हाती असलेलं आयुष्य माणूस कुणासाठी, कशासाठी जगला हे महत्त्वाचं असतं. मृत्यू भेदभाव मानत नाही. मृत्यू म्हणजे जणू परतीचा प्रवास. मृत्यू म्हणजे जीवनाचा गोड शेवट. मृत्यू म्हणजे एकांत. मृत्यू म्हणजे प्रदीर्घ विश्रांती. मृत्यू म्हणजे शेवटची यात्रा. मृत्यू म्हणजे महाप्रस्थान. मृत्यू म्हणजे चिरनिद्रा. मृत्यू म्हणजे धरणी मातेच्या कुशीत जाऊन झोपणं. मृत्यू म्हणजे अनंतात विलीन होणं.

मरणामुळं जीवनाला रमणीयता आलेली आहे. या जगात मृत्यू आहे म्हणून आपापसात थोडं का होईना स्नेह, प्रेम, जिव्हाळा, आपुलकी, आपलेपणा, आस्था, माणुसकी असली पाहिजे.

मरण हे उपकारक आहे. जीवनानं जे काम होत नाही, ते मरणानं सहजगत्या होतं. मरण म्हणजे अमृतकृपा होय. येशू ख्रिस्ताच्या जीवनानं झालं नाही, ते त्याच्या मरणानं झालं. मरणात खरोखर जीवन असतं. मरण म्हणजे देहत्याग. मरण म्हणजे निर्वाण. स्वतःच्या देह-मन-इंद्रियांच्या स्वार्थी भावना विसरणं म्हणजे मृत्यू. मरण हे देहात असूनही अनुभवता येते. देह इंद्रियापासून आत्म्याला अलग करणे मरण होय.

संत तुकाराम महाराज म्हणतात,

    आपुल मरण पाहिले म्या डोळा, तो सुख सोहळा अनुपम

ज्यानं एकदा मरण अनुभवलं त्याला पुन्हा मरण नाही. जिवंतपणी जो मरायला शिकला तो अमर झाला. जीवन हे सुख-दुःखाच्या जाळीनं विणलेलं आहे. ज्या परमेश्वरानं मरण निर्माण केलं. त्याचे कितीही आभार मानले, तरी ते पुरेसं होणार नाही. मरण म्हणजे जिवाशिवाचं हितगुज. मरण म्हणजे पुनर्जन्म. मरण म्हणजे विस्मरण. या जगात मरणाइतकेच विस्मरणालासुद्धा महत्त्व आहे.

भारतीय संस्कृतीत मरण म्हणजे अमर आशावाद आहे. मृत्यू म्हणजे अनंताचं दर्शन. मृत्यू म्हणजे अनंतात विलीन होत एकरूप होणं. मरण म्हणजे मनःशांती. मरण म्हणजे नवजीवनाचा आरंभ. मरण म्हणजे आनंद यात्रा. मरण म्हणजे परमप्रिय परमेश्वराकडं जाणं. 'मरणाचं स्मरण असावं' असं संतांनी म्हटलं आहे.

असं असलं तरी रात्रंदिवस मरणाची जपमाळ ओढत बसणं हे हास्यास्पद आहे. जगण्याचं भान हरवून मृत्यूचं ध्यान बाळगणं ही चमत्कारिक विसंगती वाटते. मृत्यू येणारच आहे. त्याच्या वाटेकडं डोळे लावून बसणं म्हणजे जीवनाकडं पाठ फिरवण्यासारखंच आहे. संत-महंतांनी, महापुरुषांनी जीवनाचा व्देष केला नाही. उलट त्यांनी जीवनावर प्रेम केलं.

गीताईमध्ये जीवनाचा जयघोष पुढीलप्रमाणं केला आहे,

    ज्याने हे व्यापिले सर्व, ते जाण अविनाश तू
    नाश त्या नित्य तत्त्वाचा कोणीही न करू शके
    विनाशी देह हे सारे बोलिले त्यात शाश्वत
    नित्य निःसीम तो आत्मा अर्जुना झुंज ह्यास्तव!

संत तुकाराम महाराज म्हणतात,

    एकचि उरले काया वाचा मना आनंद भुवना माजी गती
    तुका म्हणे, आम्ही जिंकला संसार होऊनि किंकर विठोबाचे ॥

मृत्यू आहे म्हणून हे जगणं शिळं न होता ताजंतवानं राहतं. मृत्यू म्हणजे नव्या, सुंदर, ताज्या, टवटवीत जीवनाच्या निर्मितीला अवसर मिळतो.

समर्थ रामदास म्हणतात,

मृत्यू न म्हणे बलाढ्य । मृत्यू न म्हणे धनाढ्य ।।

मृत्यू न म्हणे आढ्य । सर्वगुणे ।।

असो ऐसे सफलही गेले । परंतु एकचि राहिले ।।

जे स्वरूपाकार जाले । आत्मज्ञानी ।।

मरण हा प्रियकराच्या घरी जाण्याचा सोहळा आहे,

करिले शृंगार चतुर अवेळी ।

साजन के घर जाना होगा ।

मिट्टी ओढवण मिट्टी बिछावना ।

मिट्टी में मिल जाना होगा ।।

नहाले धोले शीस गुंथाळे ।

फिर वहा से नहीं आना होगा ।।

प्रियकराच्या घरी जायचं आहे. सारा साजशृंगार करून मातीची ओढणी अंगावर घे. मातीच्या शय्येवरच मिळून जायचं आहे. न्हाऊन तयार हो, केस विंचर, वेणीफणी कर. एकदा त्या घरी गेल्यावर फिरून येणं होणार नाही.

जिवाशिवाची लग्नघटिका म्हणजे मरण. मनुष्य मरण पावला म्हणजे त्याला अंघोळ घालतो. वस्त्र नेसवतो, त्याला सजवतो, मरण म्हणजे विवाह मंडळ, मरण म्हणजे विवाह कौतुक.भारतीय संस्कृतीत मरणाला जीवनाहून सुंदर आणि मधुर मानलं गेलं आहे. कारण मरण म्हणजे अंगरखा काढणं. मरण म्हणजे चिरलग्न. मरण म्हणजे मेवा. तुकाराम महाराजांनी म्हटलंच आहे की, 'याचसाठी केला होता अट्टाहास, शेवटचा दिस गोड व्हावा.'

मोक्ष हा शब्द 'मुच' या संस्कृत धातूपासून बनला आहे. 'मुच' म्हणजे मोकळं होणं. मोक्षाचा समानार्थी शब्द म्हणजे मुक्ती. मोक्ष म्हणजे ब्रह्मसाक्षात्कार.मोक्ष म्हणजे सुख-दुःखातीत होऊन कैवल्याचा आनंद घेणं. मृत्यूमुळं मोक्ष मिळतो. माणसाच्या जीवनाचं सार दोन शब्दांत सांगता येईल- 'आला आणि गेला'.

या जगात मानवाचा पुत्र पराधीन आहे. मानवाच्या उंबरठ्यावर यमराज येऊन केव्हा बोलवेल हे सांगता येत नाही. त्यानं बोलवलं की जावंच लागतं. माणसाचं मरण म्हणजे नियतीचं सदन होय. 'जीवन सरे मरण उरे' हे सर्व जगताना ध्यानात ठेवावं लागतं. जन्मकाळाप्रमाणं मरणकाळ हादेखील एक आनंद सोहळा आहे. कारण शरीर पिंजऱ्यातून आत्म्याचा पक्षी मुक्त होऊन अनंतात विलीन होतो. मरणाच्या फेऱ्यातून

सुटून आपल्या आत्म्याचं परमात्माशी मिलन पावतो. याची देही याचि डोळा, समाधी सुखाचा चितआनंद उपभोगत संसाराच्या विविध तापातून सुटतो. संत तुकारामासारखा श्रेष्ठ संत 'नलगे मुक्ती' असे म्हणतो, 'सुखे घालावे पुन्हा गर्भवासी' असंही मागणं मागणं मागतो तो ते यामुळंच.

भारतात प्रेतयात्रेच्या पुढं मृताचा वंशज एका शिंकाळ्यात एका मडक्यात अग्नी घेऊन जात असतो. कारण मडकं हे मानवी जीवनाचे प्रतीक असून अग्नी हे चैतन्याचं प्रतीक आहे. हे मडकं फुटलं, तर मडक्यातलं आभाळ आपल्या खऱ्याखुऱ्या आभाळात मिसळून जातं. तसंच मानवी देहाचं आहे. देह जाळला जातो; परंतु त्यातील चैतन्य अमर असतं. एकदा ही चिरंतनता आपल्या अंतःकरणाला पटली की, मरणाची भीती वाटेनाशी होते. 'मृत्यू' हा एक छोटासा शब्द; पण भूतलावरील प्रत्येकाला घाबरवून सोडणारा शब्द आहे. माणूस राजा असो कोट्यधीश असो, रंक असो वा भिकारी; पण मरणाच्या तावडीतून सुटेल, असा एकही मनुष्य नाही!

❈ ❈ ❈

प्रार्थना

'हे प्रभू,

माझा वृद्धत्वाकडं प्रवास सुरू झाला आहे, याची माझ्यापेक्षा तुला अधिक माहिती आहे.

लवकरच मी पूर्णपणे म्हातारा / म्हातारी होईन.

आता या वयात, प्रत्येक प्रसंगी,

प्रत्येक विषयावर

मी मतप्रदर्शन केलंच पाहिजे, असं काही नाही.

'सर्वांना सरळ करण्याच्या' माझ्या

सवयींपासून मला सावर.

मला विचारशीलतेचं वरदान दे.

प्रभुत्व न गाजवता मी सेवातत्पर असावं.

काथ्याकूट न करता मी नेटकेपणानं

प्रश्नाला भिडावं.

माझ्या दुखण्या-खुपण्याचा

मी कधीच गाजावाजा करू नये,

असं कृपादान मला दे.

वयपरत्वे आजार वाढतच जाणार आहेत.

आणि पुढं पुढं त्यांच्याबद्दल तक्रार करण्याचा लडिवाळपणाही वाढणार आहे.

आत या वयात मी स्मरणशक्तीची नव्हे,

तर नम्रपणाची मागणी करतो/करते.
एखाद्या आठवणीबद्दल दुमत होईल,
तेव्हा नमतं घेण्याची सुबुद्धी मला दे.
'कधी कधी माझंही चुकतं'
हा जीवनाचा मंगलमंत्र मान्य करायला मला शिकव.
मला गोड स्वभाव दे.
मला अगदी संत व्हायचं नाही.
काही संतप्रवृत्तीची माणसं किती आकसानं वागतात!
तसंच तामसी स्वभावाची माणसंही
सैतानाची सर्वोत्कृष्ट निर्मिती असतात.
हेही तितकंच खरं आहे.
अनपेक्षित ठिकाणी चांगुलपणा पाहण्याची आणि
तिऱ्हाईत व्यक्तीमधील गुणांचा गुणाकार करण्याची
निर्मळ नजर मला दे आणि शेवटी हे प्रभू,
सदा सर्वांबरोबर शुभ बोलण्यासाठी मला प्रेरणा दे.'

❈ ❈ ❈

प्रतिज्ञा

देवा, वृद्धत्वाकडं मी झुकतो आहे हे तुला माहीतच आहे. मला मात्र त्याची जाणीव दे. बडबडण्याची माझी सवय कमी कर आणि त्यातल्या त्यात हर एक विषयावर आणि प्रत्येक प्रसंगी मी बोललंच पाहिजे ही माझ्यातील अनिवार इच्छा कमी कर. दुसऱ्यांना सरळ करण्याची जबाबदारी फक्त माझीच आणि त्यांचे प्रश्न त्यांच्या जाती मामल्याची दखल घेऊन मीच ते सोडवले पाहिजेत अशी प्रामाणिक समजूत माझी होऊ देऊ नकोस. टाळता येणारा फापटपसारा आणि जरूर नसलेल्या तपशिलाचा पाल्हाळपणा न लावता शक्य तितक्या लवकर मूळ मुद्द्यावर येण्याची मला सवय लागू दे. इतरांची दुःखं आणि वेदना शांतपणे ऐकण्यासाठी मला मदत कर; पण त्यावेळी माझं तोंड शिवल्यासारखं बंद राहू दे. अशा प्रसंगी माझ्यात साचत असलेली निराशा, वैफल्याचं रडगाणं, ही माझी वाढती सवय कमी कर. कधी तरी माझीही चूक होऊ शकते, कधी तरी माझाही घोटाळा आणि गैरसमजूत होऊ शकते याची जाणीव माझ्यात ठेव.

देवा, अगदी शेवटपर्यंत माझ्यात थोडासा तरी प्रेमाचा ओलावा, गोडवा, लाघवीपणा राहू दे. मी संत महात्मा नाही, हे मला माहीत आहे; पण एक बेरकी, बिलंदर, रागीट, खडूस म्हातारा म्हणून मी मरू नये अशी माझी इच्छा आहे. विचारवंत होण्यास माझी ना

नाही; पण मला लहरी करू नकोस. दुसऱ्याला मदत करण्याची बुद्धी आणि इच्छा जरूर मला दे; पण गरजवंतांवर हुकूमत गाजवण्याची इच्छा मला देऊ नको. शहाणपणाचा महान ठेवा माझ्याकडं आहे, अशी प्रामाणिक खात्री माझी असूनसुद्धा परमेश्वरा ज्यांच्याकडं मला सल्ला मागता येईल, असे मोजके का होईना; पण काही सच्चे मित्र मला दे, एवढीच माझी प्रार्थना आहे.

वडिलांचं मुलास पत्र

प्रिय बाळा,

तुला ज्या दिवशी मी म्हातारा झालो आहे असं वाटेल, त्या दिवशी तू मला समजून घे. कारण म्हातारपण हे दुसरं बालपणच असतं. जेवताना कधी माझ्याकडून कपड्यांवर काही सांडलं, माझे हात बरबटले किंवा मला माझ्या शर्टाची बटण लावता आली नाहीत, तर ते समजून घे. तुला शर्ट-चड्डी घालायला मी किती शांतपणे शिकवलं होतं. आठवतंय? कित्येकदा मी एकच गोष्ट तुला पुन्हा पुन्हा सांगत असतो; पण मला थांबवू नको, ऐकून घे, तुला माहीत आहे का? तू लहान असताना तुला झोपवताना एकच गोष्ट एक हजार एक वेळा मी तुला सांगत असे. अगदी तू गाढ झोपेपर्यंत!

जर मला एखाद्या दिवशी अंघोळीला सुट्टी घ्यावीशी वाटली, तर माझी लाज वाटू देऊ नको किंवा मला रागावू नकोस. आठवतंय तुला, तुझ्या लहानपणी तुला अंघोळ घालण्यासाठी मी तुझ्या मागून धावायचो आणि तू अंघोळ करावीस म्हणून हजारो कारणं रचून सांगायचो. मी तुला खूप गोष्टी शिकवल्या. व्यवस्थित जेवायला, नीट कपडे घालायला, आयुष्याशी सामना करायला वगैरे.

तुझ्याशी बोलताना जर कधी मी विस्मरणामुळं अडखळलो, तर मला ते आठवायला पुरेसा वेळ दे आणि समजा, मला आठवलंच नाही; तरी काळजी करू नकोस. कारण खरं सांगू का, मी तुझ्याशी काय बोलतोय हे महत्त्वाचं नाही, तर माझ्या शेजारी बसून तू माझं बोलणं ऐकतोयस, हेच माझ्यासाठी महत्त्वाचं आहे. कधी मला खावंसं वाटलं नाही, तर मला आग्रह करू नको. मला कधी खायला हवं आहे आणि कधी नको, हे खरंच मला कळतं.

तुम्ही मुलं मोबाइल, संगणक, डिव्हीडी यासारखी अत्याधुनिक उपकरणं सहजपणे वापरतात. मला त्यामधलं फारसं काही कळत नाही; पण माझ्या या तंत्रविषयक अज्ञानाची चेष्टा करू नकोस. मी हे सारं शिकेन; पण मला पुरेसा वेळ दे.

ज्या वेळी माझी पावलं थकून चालायला नकार देतील, त्या वेळी तू अडखळत पहिली पावलं टाकत होतास, तेव्हा 'चाल' 'चाल' असं म्हणत मी तुला हात धरून

चालायला शिकवलं ते आठव आणि माझ्या अडखळणाऱ्या पावलांना तसाच तुझा हात दे. जेव्हा एखाद्या दिवशी मी म्हणेन की मला आता आणखी जगायचा कंटाळा आला आहे. मला मरण आलं तर बरं, तेव्हा बाळा माझ्यावर रागावू नकोस. तुझं वय वाढल्यावर हे सारं तुलाही उमजेलच. मला अन् माझ्या म्हातारपणाला नीट समजून घे. सध्या मी जे जीवन जगतो आहे, ते जगणं नाही नुसतं 'असणंच' आहे. आयुष्यात कदाचित मी खूप चुका केल्या असतील; पण तुला वाढवताना जगात जे जे चांगले आहे, तेच तुला मिळावं हीच माझी इच्छा होती. त्यानुसारच तुझ्या आयुष्याला आम्ही वळण लावलं. हे एक ना एक दिवस तुला उमजेल.

तू कामात असतोस हे मलाही समजतं मात्र ज्या वेळी मी तुझ्या जवळ येतो, तेव्हा रागावू नकोस, वाईटही वाटून घेऊ नकोस किंवा माझ्या म्हाताऱ्या स्थितीमुळे हतबल होऊ नकोस, तू फक्त माझ्या जवळ राहा. मला समजून घेण्याचा प्रयत्न कर. तुझ्या बालपणामध्ये मी तुझा आधार झालो, तसाच तूही आता माझा आधार हो.

माझ्या संध्यासमयी, सूर्यास्ताच्या वाटचालीत मला मदत कर आणि मला माझा मार्ग प्रेमानं आणि धीरानं पूर्ण करू दे. या बदल्यात तुला मी काय देणार? केवळ माझं हसू किंवा खरं तर बोलू नये अशा कृतज्ञतेचे अश्रू... आणि तुझ्याबद्दल माझ्या मनी असणारं विलक्षण प्रेम... विसरू नकोस.

तुझ्यावर प्रचंड प्रेम करणारा,
डॉ. शरच्चंद्र गोखले
अनुवाद – नीता कुलकर्णी

❁ ❁ ❁

सप्तसूर

'शिशिर' या पुस्तकात विमल खाचणे यांनी सप्तसूर दिलेले आहेत. वृद्धाश्रमात जाण्याची वेळ येऊ नये, याकरता वृद्धांनी आपल्या शिल्लक राहिलेल्या जीवनात संगीत खुलवावं म्हणजे त्यांनी संगीत सुरांच्या आद्य अक्षरांनी समरस व्हायला हवं. संगीताच्या सप्तसुरांनी जीवन खुलवता येईल. ते सप्तसूर म्हणजे सा - रे - ग - म - प - ध - नी - सा.

१. ' सा ' म्हणजे सावधान

वृद्धांनी आपले विचार, आपली वागायची पद्धत, आपले उच्चार या बाबतीत सावध राहायला पाहिजे. घरात सारखी चिडचिड करणं, यात्रा करणं, आपल्या मनासारखं व्हायला हवं असा हेकटपणा करणं इत्यादी गोष्टी टाळायला हव्या.

२. रे' म्हणजे रेखीवपणा

आपले कपडे, आपलं सामान, आपली औषधे जागच्या जागी ठेवणं, स्वतःची कामं शक्यतोवर स्वतःच करणं ह्या गोष्टी रेखीवपणात अंतर्भूत होतात. वागण्यात, बोलण्यात रेखीवपणा आहे याची सतत काळजी वृद्धांनी घ्यावी.

३. 'ग' म्हणजे गर्व

बहुतेकांना आपल्या संपत्तीचा अथवा कर्तव्याचा, सत्तेचा गर्व असतो; पण तो क्षणभर टिकणारा असतो, हे लक्षात ठेवून गर्वाला मूठमाती दिली पाहिजे. गर्वाऐवजी क्षमाशीलता, ममता, विवेक, सांमजस्यशीलता या मूल्यांना मनात रुजवून मन प्रसन्न ठेवलं पाहिजे. अहंकाराला विनयशीलता आणि क्षमाशीलतेनं हरवता येतं.

४. 'म' म्हणजे मनाला आवर घालणं

आयुष्यात सर्व दुःखाचा संबंध मनाशी निगडित असतो. मन हे चांगल्या छंदात गुंतवून ठेवणं आवश्यक आहे.

५. 'प' म्हणजे परमेश्वर

समाजकार्य अथवा लोकोपयोगी कार्य करावं, जर तेही जमत नसेल, तर भक्तीत आपला वेळ घालवावा. परमेश्वर भक्तीनं मनस्वास्थ्य लाभतं.

६. 'ध' म्हणजे धन

प्रत्येकानं धनाचा योग्य विनियोग करावा. स्वतःच्या मामुली गरजा कमाईतून भागवाव्यात. पैशाची गुंतवणूक तज्ज्ञांचा सल्ला घेऊन करावी. माल हैं तो ताल हैं! हे लक्षात ठेवून पैशाचा योग्य विनियोग करावा.

७. 'नी' म्हणजे नीतिमत्ता

दुसऱ्याची मनं कलुषित करू नयेत. तसंच धारदार शब्दांनी दुखवू नये. निंदा करणं ह्या गोष्टी नीतिमत्तेला काळिमा लावण्यासारख्या आहेत. ही व्यक्ती सज्जन आहे. स्वभावानं मनमोकळी आणि चांगली आहे, असं मत आपल्याबद्दल तयार होणं हे नीतिमत्तेला धरून आहे.

८. 'सा' म्हणजे समजूतदारपणा

हा सर्वात महत्त्वाचा गुण आहे. प्रसंग पाहून वागणं, घरात, समाजात, आपल्याला मोठेपणा मिळाला पाहिजे, माझंच सर्वांनी ऐकलं पाहिजे. मी म्हणेल ती पूर्वदिशा व्हायला पाहिजे. माझीच मतं योग्य आहेत, असा हट्ट नको.

वरील सर्व सद्गुणांचा वृद्धांच्या जीवनात समावेश झाला, तर त्यांचं जीवन सुखी, समाधानी होईल. त्यामुळं आपली जीवननौका अथांग सागर सहजतेनं पार करेल. तरुणांना वृद्ध माणसे अडचण न वाटता एक प्रकारचा आधार वाटतील.

वृद्धाश्रमात जाताना

वृद्धाश्रमात गादी असते, उशी असते, पण झोप नसते
कारण हलक्या हातानं चादर घालायला तू नसतेस
वृद्धाश्रमात टीव्ही असतो, कार्यक्रम असतात, पण मन लागत नाही.
कारण टीव्हीतल्या राक्षसाला भिऊन मला मिठी मारणारी माझी नात नसते.
वृद्धाश्रमात डॉक्टर असतात, तपासण्या होतात, पण बरं वाटत नाही.
कारण माझ्या प्रकृतीच्या चढउताराबरोबर खाली-वर होणारं कुणी नसतं
तरीही मी वृद्धश्रमात जाणार, कारण तुला माझ्या म्हातारपणापासून सुटका हवीय.
अन् तुला जे हवं ते मला नको कसं बरं असेल?
होय ना? मग आता तरी हस!

✳ ✳ ✳

आयुष्याच्या संध्याकाळी

कसे चालेल म्हणून खूप केले कष्ट
अहो आपण तर आहोत नागरिक ज्येष्ठ
मिळतात आपल्याला सवलतीचे पास
पर्यटन-तीर्थयात्रा करा बिनधास्त
संपली आता नोकरी काढा आता संसारातील लक्ष
येईल ताटात मांडून तेच करा भक्ष्य
आमच्या काळात आम्ही वागलो असे महान
असे सांगून थोडीच राहणार तुमची शान
कुटुंब असायचे एकत्र घरात माणसे पंचवीस
शक्य नाही आता ते जीव होतो कासावीस
उर्वरित आयुष्याचा बसवायला हवा मेळ
कम्प्युटरशी खेळवून घालवावा वेळ
जीवनचक्र हे अवखळ उमेद होती तरुणपणी
ऐकायला वेळ नाही तुमची करुण कहाणी
चेहऱ्यावर सुरकुत्या जरी पिकले केस
तरीसुद्धा टवटवीत दिसतो तुमचा फेस
दृष्टी झाली कमी पडले सगळे दात
घास घालताना तोंडात थरथरतो हात

शान होती ऑफिसात असताना बॉस
आधार घेतो आता रस्ता करताना क्रॉस
घरात बाहेर असतो सगळीकडे दरारा
आयुष्याच्या संध्याकाळी हवा आहे सहारा
ज्येष्ठांचा होईल आधार जेव्हा तरुणाई घेईल माघार
त्याच क्षणी मानावे त्या परमेश्वराचे आभार

- श्यामलता पवार

✵ ✵ ✵

वृद्ध मी, वृद्ध मी

मी वाट चालत असतो, मी वाट चालत असतो
वाट संपण्याचे लक्ष्य ठेवून चालत असतो ।।धृ।।
रक्तदाब, मधुमेह यांची साथ मला आहे
हृदयरोग मधून मला जाणीव देत आहे
दमा, खोकला यांची सोबत घेत असतो ।।१।।
गुडघे मारतात हाका 'थांबा' म्हणत असतात
पाठीतल्या कणाच्या झिणझिण्याही होत असतात
त्यांच्याकडं न बघता मी पुढंच जात असतो
त्यांच्याकडं न बघता मी पुढंच जात असतो ।।२।।
धूसर नजरेनं मी ओळखीच्या खुणा बघतो
थरथरत्या हातांनी मी आधार घेत असतो
लटपटले पाय तरीही मी थांबणार नसतो ।।३।।
पुत्र स्नुषा पत्नी मला झिडकारतात अव्हेरतात
माझे न कुणी ऐकतं सारे मिळून निंदतात
माझा न कुणी वाली मी एकलाच चालतो ।।४।।
जे वेचले ज्ञान मी जो अनुभव मिळवला
नवपिढीला ते नकोसे मार्ग त्यांचा वेगळा
संगोपलं जे सर्व काही ते तुडवताना पाहतो ।।५।।
ही सांजवेळ झाली, अंधार दाटुनी येत असे
मिणमिणत्या पणतीचीही आशा मला काही नसे

मानस विदीर्ण झालं हृदयात हुंदका दाटतो ।।६।।
आता न कुणी मजला देवा तुला विनंती
तोडून बंधनं सारी देई मनास मुक्ती, देई मनास मुक्ती
विझण्याची दीप आता मी फक्त वाट बघतो ।।७।।

- वि.श्री.मराळकर

म्हातारा-म्हातारीचं पिकलेलं पान !

हातात हात घालून

कधी खांद्याला खांदा लावून

कधी धावत, कधी फरफटत

संसारात ओझं पेलत

सांभाळलेलं ते परिपक्व नातं !

घेतलेला हुंडा मानधनाची रुसणी-फुगणी

दिवाळ सणातले मानापमान

काही राहून गेलेलं काही जास्त झालेलं

मनाच्या मिळणीतून, शरीराच्या एकत्वातून

निर्माण झालेली पुढली पिढी

तिच्यासाठी खाल्लेल्या खस्ता

सारं सारं आता इतिहासजमा झालेलं !

जबाबदाऱ्या संपलेल्या, कर्तव्य पार पडलेली, शरीर थकलेलं

मन हळवं झालेलं - पण आजूबाजूला पाहता दिसतं

आपलं म्हातारी - म्हाताऱ्याचं जग वेगळं आहे.

ना मुलं आपली, ना आई-बाप, ना माहेर, ना सासर

म्हाताऱ्याला फक्त म्हातारी असते.

आणि म्हातारीला फक्त म्हातारा

ते आता नर आणि मादी सुद्धा उरलेले नसतात

तेसुद्धा भान हरपलेलं असतं !

असतात फक्त मनं...

एकमेकांसाठी जगणारी एकमेकांसाठी रडणारी

एकमेकाला रडवणारी आणि हसवणारीसुद्धा

शरीर असतं फक्त हातात हात घेण्यासाठी

आता कुणी पुढं नसतं कुणी पाठी राहत नाही

कुणी दौडत नसतं कुणी फरफटत नसतं

हातात हात असतात पावलं शेजारी शेजारी पडत असतात

मन एकमेकांसोबत असतात!

एकाला ऐकू कमी येतं

दुसऱ्याला थोडं कमी दिसतं, पण दोघांच्या चार डोळ्यांनी आणि चार कानांनी

हे जग पार करायचा विश्वास दोघांनी एकमेकांच्या धरलेल्या हातात घट्ट असतो.

भूतकाळ संपलेला असतो

भविष्याची भीती नसते

फक्त वर्तमान तेवढाच

एकमेकांसाठी जगण्याची इच्छा असते!

जगायचं ते एकमेकांसाठी

पर्वा करायची फक्त एकमेकांची

तडजोड करायची ती फक्त एकमेकांशी

नर-मादीच्या नात्याशीच जुडलेलं हे नातं पण त्यापेक्षा किती

लोभस, नाजूक, सुंदर आणि परिपक्वही!

– डॉ. राम बिवलकर

❋ ❋ ❋

उद्या आपल्यालाही वार्धक्य येईल.

तारुण्य वार्धक्याकडं पाहून

कुचेष्टेनं हसतं

उद्या आपल्यालाही वार्धक्य येईल.

त्याचं त्याला भानच नसतं

पिकलं पान गळून पडताना पाहून

हिरवं पान त्याला हसतं

आपणही एक दिवस पिकून गळणार आहोत

याची जाणच त्याला नसते.

❋ ❋ ❋

सुखद वार्धक्यासाठी

सुरुवातीपासूनच सर्वांनी सलोख्यानं, मैत्रीनं, प्रेमानं वागण्याचं धोरण ठेवलं, तर इतरांकडून तेवढंच प्रेम आणि मैत्री तुम्हास मिळून तुमच्याकडं प्रेमाचा, मायेचा आणि मैत्रीचा ओलावा तयार होईल. तुम्ही म्हातारपणी एकटं राहू लागाल, विकलांग व्हाल जेव्हा तुम्हाला मायेनं विचारपूस करणाऱ्यांची आणि प्रेमाची गरज भासेल, तेव्हा आधी जोडलेल्या मायेच्या स्नेहांमुळं मायेच्या माणसांचा तुटवडा तुम्हाला जाणवणार नाही. धनानं सर्वच मिळवता येत नाही. माणसं जोडून जमवलेली पुंजीच अडीअडचणीला कामाला येते. ज्यांच्याकडं ही संपत्ती आहे, तेच खरे श्रीमंत! त्यामुळं माणसं जोडण्याच्या अर्थात भविष्य निर्वाह निधी संकलनाच्या तयारीला लागा. आपल्या सुखद वार्धक्यासाठी ती अत्यावश्यक तयारी असणार आहे.

सुखद वार्धक्य उपभोगणाऱ्या एका चिरतरुणाचं अनुभवकथन :

माझी सकाळी उठण्याची वेळ ठरलेली नाही. छान झोप झाली की आपसूक जाग येते. तोंड धुतल्यानंतर मी मनानंच समुद्राच्या लाटा, पायाखालची वाळू, मंद वारा, निसर्ग यांचा आनंद लुटतो. मी कसरत करतो, पळतो, उड्या मारतो आहे, अशी कल्पना करतो. त्यानंतर बायको, मुलं, सुना, नातवंडं यांच्याबरोबर गप्पा मारत चहा पितो, मित्रांबरोबर गप्पा मारतो, अशी कल्पना करतो. या सर्व कल्पना मी माझ्या मनातील सोन्याच्या पेटीत ठेवतो. उगवतीच्या दिशेनं ती पेटी सूर्याकडं धरतो. ती पेटी माझ्या हातातून निघून सूर्याच्या दिशेनं त्याच्या किरणांबरोबर वर वर जाते आणि हळुवारपणे परत येऊन माझ्या हृदयात सामावली जाते, अशी मी कल्पना करतो. हे सर्व चिंतन (मेडिटेशन) दहा मिनिटात आटोपतो. त्यामुळं मी सगळ्यात श्रीमंत आहे, असं मला वाटतं. कारण माझ्या हृदयातील आनंदानं भरलेली ही पेटी जगात दुसऱ्या कुणाकडंही असणार नाही, याची मला खात्री असते.

मग मी वर्तमानकाळात उतरतो आणि दैनंदिन कार्यक्रमाला सुरुवात करतो. मी नियमितपणे जिममध्ये जाऊन एक तास व्यायाम करतो. जिमतर्फे मला रोल मॉडेलची पाच बक्षिसं मिळाली आहेत. तेथून आल्यावर पौष्टिक आहार घेतो. त्यानंतर दीड-तास वाचन करून दीडच्या सुमारास जेवतो. घरात सर्वात जास्त खाणारा मीच ; पण एकदम एकावेळी भरपेट खात नाही. थोड्या वेळाच्या अंतरानं थोडे थोडे खातो. दुपारच्या वेळी मी झोपत नाही. घराची साफसफाई, रद्दी लावून ठेवणं, कपड्यांच्या घड्या घालणं अशी बारीक-सारीक कामं करतो. ही कामं करत असताना जुन्या सिनेमातील, नाटकातील गाणी ऐकतो. सैगल, पंकज, मलिक, सुरैया, बालगंधर्व यांची गाणी मला विशेष प्रिय आहेत. ही गाणी ऐकताना मी बालपणीच्या आठवणीत रममाण होतो.

शाळा आणि कॉलेजमध्ये मी फ्रेंच भाषा शिकलो; पण नंतरच्या आयुष्यात या भाषेशी फारसा संबंध राहिला नाही. म्हणून मी फ्रेंच भाषेच्या कॅसेट आणून त्या ऐकत राहतो. त्यामुळं आजही मी फ्रेंच बोलू शकतो. गिटार हे माझं आवडतं वाद्य आहे. मी या वयातही गिटार क्लासला जातो. संध्याकाळी ज्येष्ठ नागरिकांचा कट्टा जमतो. तिथं मी त्यांच्याशी गप्पा गोष्टी करण्यात वेळ वाया घालवत नाही. कारण त्यांचे विषय राजकारण, महागाई, आजारपण, औषधपाणी असे असतात. ते ऐकून माझ्याही मनाला मरगळ येईल, म्हणून मी त्यांच्यात सहभागी होत नाही. बागेत एक तास फुलझाडांमध्ये रमतो. मी पहिल्यापासूनच कपड्यांचा भोक्ता आहे. या वयातही नव्या नव्या फॅशनचे शर्ट, टी-शर्ट कपडे वापरतो. त्यामुळं 'अजून यौवनात मी' असं मला वाटतं. मी वेगवेगळ्या स्पर्धांमधून भाग घेतो. 'सकाळ शॉपिंग फेस्टिव्हल' २००४ च्या फॅन्सी ड्रेस स्पर्धेत 'अनोल्ड' झालो होतो. या स्पर्धेत मला बक्षीस मिळालं. शिवाय वेलनेस शोमध्येही मी भाग घेतला होता. त्यातही बक्षीस मिळालं. त्यानंतर मॅरेथॉन स्पर्धेमध्येही पळालो होतो.

कुणाचीही निंदा करणं मला आवडत नाही. मी सहसा कधी चिडत नाही. रक्तदाब वाढवणाऱ्या गोष्टी मी कटाक्षानं टाळतो, कारण असं म्हटलं जातं की हृदयाचं पंपिंग एवढं चालतं की तिच्यामुळं रेल्वेची टाकी एका दिवसात भरू शकते. त्यामुळं चिडून हृदयाचं पंपिंग वाढवायचं नाही. कारण जर एका मिनिटाला सत्तर ठोके पडले, तर हृदय चोवीस तासांपैकी नऊ तास मंदगतीनं काम करतं. त्यामुळं हृदयाला विश्रांती मिळते. उलट चिडल्यानं हृदयाचं काम वाढतं आणि ब्लड प्रेशरसारख्या व्याधी जडतात. संताप न करता मी माझ्या हृदयाला शाबूत ठेवलं आहे. म्हणून मी कायम आनंदी राहू शकतो.

इतर लोकांसारखी मलाही बऱ्याच वेळा निंदा ऐकावी लागते, शिव्या खाव्या लागतात. अशावेळी मी फक्त मंद स्मित करतो, कोणतीही प्रतिक्रिया देत नाही. कारण त्या वेळी या शिवाय मी काहीही करू शकत नसतो. अमेरिकेतील संशोधनानुसार वय वर्षे शंभर ते एकशे वीस म्हणजे वयोवृद्ध व्यक्ती मानतात. हे वय गाठण्यासाठी मी प्रयत्नशील आहे. मी आनंदी असल्यामुळे माझ्या कुटुंबीयांनाही मी आनंदी ठेवू शकतो.

  - विश्वनाथ चै, पुणे. त्र्याऐंशी वर्षे वयोमान, तरी 'अजून यौवनात मी'!

   (मस्त चाललंय आमचं, सकाळ, २९ जुलै २०१२)

              ❈ ❈ ❈

जगावं कसं ?

सुंदर जगण्यासाठी आपण उंच उंच भराऱ्या घेणारीच स्वप्नं पाहावीत. आपली ही स्वप्नं सत्यात उतरवण्यासाठी प्रयत्नांची पराकाष्ठा करायला हवी. आपलं जगणं

आकाशासारखं विशाल अन् पृथ्वीसारखं मोलाचं व्हायचं असेल, तर सतत कार्यमग्न राहणं आवश्यक असतं. आळसात दिवस न घालवता सतत आनंदी राहा, प्रसन्न चित्त राहा आणि मुख्य म्हणजे हसत राहा व इतरांनाही हसवत राहा. मुनीश्री तरुणसागर जी महाराज म्हणतात की, 'हसना पुण्य है और हसाना महापुण्य है.'

माणसानं सतत कामात असावं. रिकामं कधीच बसू नये. रिकामं बसलं की सुस्तीची लागण होऊन कंटाळा आणि आळस यासारख्या व्याधी जडतात. 'रिकाम्या डोक्यात भुतांचा थयथयाट' अशी एक म्हण आहे. सतत कामात राहून आपण ईश्वराचं रूप पाहू शकतो. काय करू? काही कामच नाही? असं म्हणणाऱ्यांनी बहिणाबाईंच्या पुढील ओळी लक्षात घ्याव्यात,

येरे येरे माझ्या जीवा । काम पडलं अमाप ॥

काम करता करता । देख देवाजीचं रूप ॥

काम करायची इच्छा असणाऱ्यांना अमाप काम आहे; पण काम करणं आपण टाळतो. काम करता करता आपला दुहेरी फायदा होतो. कामही होतं, वेळही जातो आणि त्यातून ईश्वर दर्शन होतं. प्रत्येक कामात ईश्वराचं रूप आहे. 'कांदा मुळा भाजी. अवघी विठाई माझी.' असं सावतामाळी उगीचच म्हणत नाही. आपलं जगणं सुखी आणि आनंदी करण्यासाठी आपण स्वतःला सतत कामात गुंतवून घेतलं पाहिजे. कामातून आनंद मिळेल. बहिणाबाई आपल्या जगण्याविषयी सांगताना म्हणतात की,

हास हास माझ्या जीवा । असा संसारात हास ।

इडापिडा संकटाच्या । तोंडावर काळं फास ॥

आपण सतत हसतमुख राहायला हवं. हसत हसत संकटावर मात करण्याचं सामर्थ्य आपल्याला परमेश्वर निश्चितच देत असतो. आपलं प्रसन्न आणि आनंदी मन संकटांना पळवून लावेल. संत तुकाराम म्हणतात, 'मन करा रे प्रसन्न सर्व सिद्धीचे कारण.'

वास्तविक कसं तरी रडत रडत जीवन जगण्यात मुळीच अर्थ नाही. मनुष्य शरीरानं लवकर थकत नाही, तो मनानं वृद्ध होतो म्हणून या मनाला सदैव उत्साही ठेवण्याचा प्रयत्न केला पाहिजे कारण,

जग जग माझ्या जिवा । असं जगणं मोलाचं ॥

उंच गगनासारखं । धरितीच्या रे तोलाचं ॥

❋ ❋ ❋

आयुष्यावर लिहू काही

आयुष्य म्हणजे नेमकं काय असतं?

अहो तुमचं-आमचं सेम असतं?

नाही! म्हणूनच ते 'आयुष्य' असतं

प्रत्येकाचं वेगवेगळं...

आयुष्य किती जगलात ते महत्त्वाचं नसतं, तर आयुष्य कसं जगलात ते महत्त्वाचं असतं. त्यासाठीच आयुष्यात वेगवेगळ्या वाटेनं जा. ठेच लागून अडखळलात तरी पुन्हा ताठ मानेनं उभं राहा. आयुष्यातला प्रत्येक क्षण जगा. आयुष्यातला प्रत्येक क्षण जपा. तरच आनंद मिळेल जगण्याचा अन् आयुष्य सार्थकी लागण्याचा.

❀❀❀

म्हातारपणाचं तरुण गाणं

येतं म्हटलं की येऊ लागतं म्हातारपण

घेतं म्हटलं की घेऊ लागतं म्हातारपण

हिरवं पान

कधीतरी पिकणारच

पिकलं पान

कधीतरी गळणारच

गळलं पान

मातीला ते मिळणारच

झाड कधी कण्हतं का?

कधी काही म्हणतं का?

गिरक्या गिरक्या घेत घेत

नाचत जातं पिकलं पान

कविता पिवळी पिवळी धमक

वाचत जात पिकलं पान!

नेतं म्हटलं की नेऊ लागतं म्हातारपण

येतं म्हटलं की येऊ लागतं म्हातारपण!

बोरकर एकदा म्हणाले

सिगारेटचा सोडत धूर

सत्तर संपली तरी माझ्या

गळ्यात तरुण साजा सूर!
तीन मजले चढून आलो
असा दम अजून श्वासात
ओत थोडी व्हिस्की ग्लासात!
कवितातून रंग रंग झरू लागले.
प्रत्येक क्षण आनंदानं भरू लागले
घेरतं म्हटलं की घेऊ लागतं म्हातारपण,
घेरतं म्हटलं की घेऊ लागतं म्हातारपण!
पांढऱ्या शुभ्र केसांचा एक माणूस
पांढऱ्या शुभ्र केसांच्या बायकोसोबत
उभा होता किती वेळ
रंगून जाऊन बघत होता
बागेमधल्या मुलांचा मजेत खेळ!
रस्त्यावरच उभा राहून दोघांनी
मग खाल्ली जोडीनं मस्त भेळ
मिटक्यांच्या लयीत त्यांचं भेळ खाणं
जीभ झाली आंबट-तिखट गोड गाणं
खातं म्हटलं की खाऊ लागतं म्हातारपण
येतं म्हटलं की येऊ लागतं म्हातारपण
आयुष्य हे रंगून जगणं खरं नव्हे?
नीतिमत्ता जपण्यासाठी बरं नव्हे?

अध्यात्माचा हातात ग्रंथ जाडा घ्यावा?
थोडा थोडा रोज कडू काढा प्यावा?
तुम्ही काय घ्यायचं ते तुम्ही ठरवा
तुम्ही काय प्यायचं ते तुम्हीच ठरवा!
त्याआधी एवढंच तुमच्या कानात सांगतो
वय तुमचं साठ असो, सत्तर असो
तिच्यासाठी फुलांची आणा वेणी
मोरासारखा अंधार फुलून आल्यावर
मजा आणते थोडीशी काजुफेणी!
तरुण असलो की तरुण असतं म्हातारपण,

रडत बसलो की करुण असतं म्हातारपण
येतं म्हटलं की, येऊ लागतं म्हातारपण
घेतं म्हटलं की घेऊ लागतं म्हातारपण
- कविवर्य मंगेश पाडगावकर

❀❀❀

नटसम्राट

'नटसम्राट' नाटकात कावेरी घरात राहूनही अनुभवानं जे शिकते, ते कौतुकास्पद आहे. ती पतीला (नटसम्राट वेलवलकर) सांगते की, 'माणसx वाईट नसतात, म्हातारपण वाईट असतx.' याचा अर्थ एवढाच की, म्हातारपणचे फायदे लक्षात घेऊन आपण वागत नाही. म्हतारपणाचा स्वीकार न करता अडीअडचणी आणि समस्यांचा बाऊ करतो. वय आणि परिस्थिती यानुसार आपण आपल्या वागण्यात आणि विचारात बदल करत नाही. आपल्या तारुण्यातील अनुभवांना, विचारांना आपण कवटाळून बसतो. या पुढं कुठं चुकतं, काय त्रुटी आहेत याचा शोध घेऊ या. एखादी घटना मनाविरुद्ध घडली की आपण चिडतो, रागावतो, धूसफुसतो ही प्रतिक्रिया भावनात्मक असते, ती वस्तुस्थितीप्रमाणे नसण्याची शक्यता असू शकते.

❀❀❀

उगाच कवीची उमदी भरारी, सहज वय विसरायला लावणारी

म्हातारपणाला नाव छान
कुणी म्हणतं संन्यासाश्रम
कुणी म्हणतं वानप्रस्थाश्रम
मी म्हणतो आनंदाश्रम

म्हातारपणात कसं राहायचं
घरात असेल तर आश्रमसारखं
आश्रमात असेल तर
घरासारखं.

कशातच कुठं गुंतायचं नाही
आमच्या वेळी म्हणायचं नाही
जुन्या आठवणी काढायच्या नाही
अपमान झाला समजायचं नाही

उगाच लांबण लांबवायचं नाही

सुखाची भट्टी जमवत जायचं
साऱ्यांशी दोस्ती जुळवत राहायचं
राग-लोभाला लांब पळवायचं
आनंद सारखा वाटत जायचं

म्हतारपणसुद्धा छान असतं
लेन्स इम्प्लांटने स्वच्छ दिसतं
नव्या दातांनी सहज चावता येतं
कानयंत्रानं सहज ऐकू येतं

पार्कात जाऊन फिरून यावं
क्लबात जाऊन पत्ते कुटावं
देवळात जाऊन भजन करावं
टीव्हीमधल्या सीरिअल बघावं

घरात रंगवावी सुरांची मैफल
मस्त जमवावी जेवणाची पंगत
सुरेल जुळवावी गप्पांची संगत
लुटत राहावी जगण्याची गंमत

स्वाद घेत दाद देत
तृप्त मनानं आनंद देत-घेत
हळूच आपण असं निघून जावं
जसं पिकलं पान गळून पडावं

मुलांसमोर गप्प बसावं
नातवंडांनी खेळत राहावं
बायकोबरोबर भांडत जावं
मित्रांबरोबर बोलत सुटावं

जमेल तेव्हा दूरवर जावं
बायकोला लगेच सोबत घ्यावं
दिलखुलास फिरून घ्यावं
थकलं तिथेच बसून राहावं

लायन, रोटरी अटेण्ड करावं
वेळ असेल तर गाणं गावं
एकांतात ठेक्यावर नाचून घ्यावं
पाहिलं कुणी व्यायाम म्हणावं

कंटाळा आलं झोपून जावं
जाग आली फेसबुक बघावं
बघता बघता घोरत राहावं
टोकलं कुणी व्हाट्सअप उघडावं
एकटं घरी किचन पाहावं
दुधाची साय गायब करावं
मुलांचा खाऊ टेस्ट करावं
आलं मनात गोडच खावं

जुना शर्ट घालत राहावं
थोडे केस सावरत राहावं
आरशालाच बोगस म्हणावं

✤ ✤ ✤

स्त्री काय म्हणते...

हात माझे मेहंदी तुमची
कपाळ माझं कुंकू मात्र तुमचं
हात माझा बांगड्या तुमच्या
डोक माझं पण टिकली तुमची
गळा माझा मंगळसूत्र तुमचं
उदर माझं, दूध माझं, जन्म देणारी मी
पण नाव मात्र तुमचं...

❋❋❋

नेत्रदान

हे सुंदर जग पाहण्यासाठी डोळे असणे हे भाग्य! 'डोळे जगाची खिडकी असून तोच आत्मा आहे' असं शेक्सपिअरनं म्हटलं आहे. मेंदूमृत (ब्रेनडेड) झाल्यानंतर आणि नैसर्गिकरित्या मृत्यू झाल्यानंतर नेत्रदान केलं जातं. दृष्टी नसेल तर निसर्गानं निर्माण केलेलं सुंदर जग पाहता येत नाही. अनेक अडथळ्यांना रोजच्या जीवनात तोंड द्यावं लागतं, या व्यक्तींना आपल्या कार्यक्षमतेचा वापर करता येत नाही. अशा दृष्टिहीन बांधवाचं आयुष्य प्रकाशमय करण्यात जर आपण कारणीभूत झालो, तर किती मोठा आनंद असेल. नेत्रदानासाठी वयाची मर्यादा नाही. नेत्रदानाची इच्छा व्यक्त करणं, हे फक्त तुमच्या हातात असतं. कारण मृत्यूनंतर तुमचा वारस हाच तुमच्या देहाचा कायदेशीर मालक असतो. त्याच्या परवानगीशिवाय तुम्ही इच्छापत्र भरलं असलं, तरी डोळे काढता येत नाहीत. याउलट तुम्ही इच्छापत्र भरलं नसलं तरी वारसाच्या संमतीनं नेत्रदान करता येतं.

मृत्यूनंतर सहा तासात डोळे काढणं आवश्यक असतं. कारण त्यानंतर ते खराब होऊ लागतात. दरम्यान मृत्यूनंतर मृताच्या वारसाला नेत्रदानाची आठवण करून देणं फार महत्त्वाचं असतं. कारण या वेळी वारस दुःखाच्या अवस्थेत गुंतलेला असतो. वारसाचे मित्र, नातेवाईक, शेजारी हे महत्त्वाचं काम करू शकतात. मृत्यूनंतर जितक्या लवकर नेत्रपेटीस कळवलं जाईल. तितकं चांगलं म्हणजे वेळेत आणि चांगल्या स्थितीत डोळे काढता येतील. नेत्रदानासाठी देह जिथे असेल तिथं जाऊन नेत्रदान स्वीकारलं जातं.

मृत्यूनंतर घरच्या लोकांनी काय करावं? :

१. घरातील, फ्लॅटमधील पंखे बंद करावेत. (एअर कंडिशनर असेल तर सुरू ठेवावा.)

२. डोळे अर्धवट बंद असल्यास ते पूर्ण मिटावेत.

३. मृताचे डोकं थोडंसं उंच ठेवावं. शरीरापेक्षा उंचावर डोकं ठेवल्यानं डोळ्यात रक्त साठून डोळे काढल्यावर रक्तस्राव होत नाही.

४. मृतकाच्या पापण्या बंद कराव्यात, डोळ्यावर ओल्या कापडाची घडी ठेवावी. डोळे

थंड, ओलसर राहणं आवश्यक आहे.

५. डॉक्टरांकडून मृत्यूचा दाखला घेऊन ठेवावा. त्यामुळं नेत्रपेटीस मृत्यूचं कारण कळतं.

६. नेत्र काढण्याची प्रक्रिया वीस ते पंचवीस मिनिटांची असते.

७. नेत्रदान झाल्यावर नेत्रपेटी प्रमाणपत्र देते. ते प्रमाणपत्र मृतदेहाशेजारी ठेवल्यां अंत्यदर्शनाला येणाऱ्यांना ते दिसेल. त्यामुळं मृत व्यक्तीप्रती लोकांना आदर वाटेल. शिवाय त्यामुळं नेत्रदानाचा प्रचार होईल.

नेत्रदानासाठी कोणत्याही धर्माची आडकाठी नाही. आपण मेल्यावर देह जाळला काय किंवा पुरला काय, आपण वेदनेच्या पलीकडं गेलेलो असतो. मृत्यूनंतर समाजाच्या उपयोगी पडण्याचं हे एक उत्तम साधन आहे. 'मरावं परी नेत्रदानरूपी उरावं.' मरणोत्तर नेत्रदान करून आपलेच नेत्र अमर करा. मरणोत्तर नेत्रदान म्हणजे डोळ्यांचा वैज्ञानिक पुनर्जन्म असल्याचे प्रसिद्ध नेत्ररोग तज्ज्ञ डॉ. लहाने यांनी अगदी यथार्थपणं म्हटलं आहे.

आपल्या मरणोत्तर नेत्रदानासाठी इच्छापत्र – नमुना

प्रति,

नेत्रपेढी प्रमुख

महोदय/महोदया

मी स्वखुशीने लिहून देतो/देते की मृत्यूनंतर माझी आपल्या नेत्रपेढीत नेत्रदान करण्याची इच्छा आहे. अंध व्यक्तीस दृष्टी देण्यासाठी अंध प्रतिबंधक संशोधनासाठी किंवा नेत्ररोग निवारणासाठी माझ्या मृत्यूनंतर माझ्या डोळ्यांचा उपयोग करण्यास माझी संमती आहे.

पूर्ण नाव :
पूर्ण पत्ता खूण आणि पिनकोड नंबरसह :
टेलीफोन नंबर :
मोबाईल नंबर :

१. जवळचा नातेवाईक :
नाव :
पूर्ण पत्ता :
नाते :
दूरध्वनी / भ्रमणध्वनी :

२. फॅमिली डॉक्टर किंवा मित्र :

नाव :

पत्ता :

दूरध्वनी / भ्रमणध्वनी :

नेत्रपेढ्या

१. जनकल्याण नेत्रपेटी २५० अ शनिवार पेठ, पुणे . ४११०

२. ससून हॉस्पिटल, पुणे. ४११००१.

३. रुबी हॉल नर्सिंग होम ससून रोड, पुणे. ४११००१.

४. वेणू माधव नेत्रपेटी गरवारे महाविद्यालय कर्वे रोड, पुणे ४११००४.

५. महात्मा गांधी नेत्रपेढी नवी पेठ अलका टॉकीजजवळ, पुणे ४११०३०.

६. आदित्य बिर्ला हॉस्पिटल, चिंचवड पुणे ४११०३३.

त्वचादान पत्र

मी श्री/श्रीमती :

वय :   वर्षे :

पूर्ण पत्ता :

जवळची खूण :

पिनकोड नंबर :

माझ्या मृत्यू पश्चात माझ्या त्वचेचे दान करण्यास मान्यता देतो/देते.
रोपण आणि संशोधन यासाठी माझी त्वचा उपयोगात आणण्यास माझी परवानगी आहे.

सही :

तारीख :

दूरभाष :

भ्रमणध्वनी :

डॉक्टराचे नाव :

दूरभाष क्रमांक :

ई-मेल :

जवळचा नातेवाईक हा १८ वर्षांचा रक्ताचा नातेवाईक असणे आवश्यक आहे.

संपर्क : सूर्या हॉस्पिटल १३१७, कसबा पेठ, पुणे ४११०११.
दूरभाष क्रं. ०२० – २४५७४३२.

देहदान

मनुष्याचे अवयव ही ईश्वरी देणगी आहे. ही देणगी एका मनुष्यानं दुसऱ्या मनुष्याला सुपूर्त करण्याचं वरदान आपल्याला लाभलं आहे. आपण अन्नदान, वस्त्रदान, रक्तदान करतोच, त्यामागे आपली निःस्वार्थ भावना असते. त्या दानाचं पुण्य आपल्याला मिळतं. आपला मेंदूमृत (ब्रेनडेड) झाल्यास, नैसर्गिकरित्या मरण आल्यास मृत्यूपश्चात अवयवदान करून आपण अनेक जीव वाचवू शकतो, तेव्हा अनंत काळाचं पुण्य आपल्या गाठी पडेल आणि त्या दानास अगदी दैवी गुण प्राप्त होतील. जीवनाला अंत आहे. माणसाचे अवयव माणूस तयार करू शकत नाही; पण प्रत्येक माणूस ते अवयव दान करून अमर होऊ शकतो. हजारो लोक दरवर्षी अवयव न मिळाल्यामुळं मृत्युमुखी पडत आहेत. जर त्यांना वेळेवर अवयव मिळाले, तर कितीतरी कुटुंबं हसरी होतील. कुणाचे तरी आई-बाबा, मुले-मुली, पती-पत्नी परत आपल्या कुटुंबात परततील. त्या घराला आधार मिळून पुन्हा ते घर उभं राहील. यासाठी अवयव दानाची अत्यंत गरज आहे. त्यासाठी जनजागृती होणं अत्यावश्यक आहे. भारतात 'शरीर देणगी अनॉटॉमी ऑक्ट सन १९८४'च्या आधारे दिली आहे. शारीरिक तपासणीच्या उद्देशाने रुग्णालय, वैद्यकीय शिक्षण संस्थांना मृत व्यक्तीच्या देहाची उपलब्धता करण्याची तरतूद करण्यात आली आहे.

शरीरदान करण्यासाठी जवळचं वैद्यकीय महाविद्यालय, रुग्णालय किंवा शरीर देणगी देणाऱ्या स्वयंसेवी संस्थांशी संपर्क साधावा. पॅन इंडिया बॉडी डोनेशन डिरेक्टरीचे ग्रीन बटन क्लिक करून आरोग्यसेवा संस्थांची माहिती मिळू शकते.

देहदान करण्यापूर्वी पूर्व संमती फार्मवर सही असावी लागते. सही नसेल तर नातेवाईकांच्या संमतीनं देहदान होऊ शकतं.

मृत्यूपश्चात सहा ते आठ तासात ही प्रक्रिया तातडीनं होणं आवश्यक असतं. मरणोत्तर देहदान हे महान पुण्याचं कार्य आहे.

देहदान असं करता येईल :

१. व्यक्तीचा मृत्यू झाल्यावर संपूर्ण देहाचं दान करण्यात येतं.

२. देहदान हे मेडिकल कॉलेजमध्येच केलं जातं. या देहाचा उपयोग शिकाऊ डॉक्टरांना प्रशिक्षण देण्यासाठी होतो.

३. मेडिकल कॉलेजमध्ये मृतदेहाची उपयोगिता संपल्यावर सन्मानानं तो देह पंचतत्त्वात विलीन केला जातो.

४. देहदानाचा अर्ज मेडिकल कॉलेजच्या शरीर रचनाशास्त्र विभागाकडे उपलब्ध असतो.

५. नागरिकांनी अर्ज भरून जवळच्या नातेवाईकाची सही घेतल्यास देहदान करणं सोपं जातं.

६. अर्ज भरला म्हणजे देहदान होईलच असं नाही. जवळच्या नातेवाइकांनी नकार दिला, तर देहदान होऊ शकत नाही.

७. मृत्यूनंतर जवळच्या नातेवाइकांनी देहदान करण्याची इच्छा व्यक्त केली, तर देहदान करण्यासाठी जवळच्या मेडिकल कॉलेज अथवा सामाजिक संस्थेला फोन करणं एवढंच पुरेसं आहे.

मरणोत्तर देहदानासंबधीचे इच्छापत्र – नमुना

प्रति,

माझे सर्व कायदेशीर वारस आणि माझ्या मृत्यूच्या वेळी हजर असलेले आप्त स्वकीय आणि मित्र परिवार

मी श्री / सौ / श्रीमती

राज्यातील रहिवासी राहणार

असे इच्छापत्र लिहून देतो की, मृत्यूनंतर माझा मृतदेह मा. अधिष्ठाता बी.जे. वैद्यकीय महाविद्यालय (महाराष्ट्र राज्य शासन) पुणे. ४११००१.

मा. अधिष्ठाता

डी. वाय. पाटील पिंपरी, पुणे ४११०१८.

यांचेकडे हस्तांतरित करण्यात यावा. अशी माझी इच्छा आहे. मृत्यूनंतर माझ्या मृतदेहाचा संशोधन / विच्छेदन वा इतर आवश्यक असलेल्या कोणत्याही हेतू करत उपयोग करण्याबाबत माझी हरकत नाही.

इच्छापत्र लिहून दिल्याची तारीख :
इच्छापत्र लिहून देणाऱ्यांची सही :

सदर इच्छापत्र आमच्या उपस्थितीत लिहून देण्यात आले.

१. पूर्ण नाव :

२. पूर्ण पत्ता खुणेसह :

पिनकोड नंबर :

३. दूरध्वनी :

४. भ्रमणध्वनी :

५. नातेवाईक :

सही :

१. पूर्ण नाव :

२. पूर्ण पत्ता खुणेसह :

दूरध्वनी / भ्रमणध्वनी :

नातेवाईक / शेजारी / मित्र :

सही :

❋ ❋ ❋

मृत्युपत्र-इच्छापत्र

भारतीय कायद्यानुसार कोणत्याही व्यक्तीला आपल्या पश्चात आपल्या मालमत्तेचं काय करायचं याबाबत काही सूचना देण्याचा पर्याय उपलब्ध आहे. हा पर्याय अर्थात इच्छापत्र म्हणजेच मृत्युपत्र! इच्छापत्र तयार केल्यामुळं त्या व्यक्तीच्या पश्चात कायद्यानुसार ज्या काही गोष्टी कुटुंबियांना कराव्या लागतात. त्या थोड्या फार प्रमाणात सोप्या होतात.

तुमच्या कुटुंबातील सदस्यांनी त्या मालमत्तेची योग्य प्रकारे वाटणी केली पाहिजे असं तुम्ही आपल्या इच्छापत्रात लिहिलं असल्यास प्रत्यक्षात वाटणी सोपी होते. इच्छापत्र नसल्यास मृत्यूपश्चात कोणतीही व्यक्ती तुमच्या मालमत्तेवर खोटा दावा करू शकते. त्यामुळं इच्छापत्र बनवणं आत्यंतिक गरजेचं आहे. आपण गेल्यानंतर जमवलेल्या मालमत्तेच्या संदर्भात आपल्या ज्या काही इच्छा आहेत. त्या पूर्ण करण्याचा एकच मार्ग म्हणजे हा दस्तावेज तयार करणं हा होय.

इच्छापत्र म्हणजे एक असा कायदेशीर दस्तावेज ज्याद्वारे इच्छापत्रकर्ती व्यक्ती आपल्या संपत्तीची वाटणी आपल्या मृत्यनंतर कशी व्हावी, ते मुक्तपणे आणि स्वेच्छेनं ठरवू शकते. अठरा वर्षांवरील कोणतीही व्यक्ती इच्छापत्र बनवू शकते आणि यासाठी लागणारी अट म्हणजे त्या व्यक्तीचं मानसिक संतुलन नीट असलं पाहिजे. इच्छापत्र हे साध्या कागदावरही लिहिलं जाऊ शकतं; पण त्याची यशस्वी अंमलबजावणी

होण्यासाठी काळजी घ्यावी लागते. 'वारस अधिनियम १९२५'च्या कलम २(१)नुसार, 'एखाद्या व्यक्तीनं स्वतःच्या मृत्यूनंतर मिळकतीसंबंधी कशा रीतीनं व्यवस्था अगर विल्हेवाट लावायची यासंबंधी केलेले कायदेशीर निवेदन म्हणजे मृत्युपत्र होय.'

भारतीय राज्यघटनेनं सन्मानानं जगण्याचा अधिकार दिला आहे. यातच सन्मानानं मरण्याचा अंतर्भाव होतो. आपण आयुष्यात वेळेचं, कुटुंबाचं आणि पैशाचं नियोजन करतो. तसंच मृत्यूपूर्वी आपल्या मिळकतीचं नियोजन करणं अत्यावश्यक आहे. मृत्युपत्र हे कर्त्याच्या मृत्यूनंतरच अंमलात येतं. मृत्युपत्राद्वारे सर्वांत मोठा फायदा म्हणजे स्वतःच्या मनाप्रमाणं स्वतःच्या संपत्तीचं हस्तांतर किंवा विभाजन करता येतं. मृत्युपत्र हे कायद्याने बंधनकारक नाही; पण केल्यास पुढील होणारे वाद किंवा संघर्ष टळू शकतात.

मृत्युपत्र करणारा त्याच्या अंतापर्यंत स्थावर जंगम मिळकतीचा उपभोग घेऊ शकतो. तो त्याचा कायदेशीर हक्क आहे. मृत्यूपत्र हे व्यक्तीच्या, कुटुंबाच्या, समाजाच्या हिताचंच आहे. माणूस या जगातून जातो, त्यानं त्याच्या पश्चात काय ठेवलं आहे, कुणासाठी ठेवलं आहे, याचा उलगडा मृत्युपत्राद्वारे होऊ शकतो. माणसानं आयुष्यात काय मिळवलं आहे, याचा निश्चित हिशोब मृत्युपत्राद्वारे समजू शकतो. त्याच्या इच्छेचा आदर राखला जाऊ शकतो.

तसं पाहिलं तर मृत्युपत्र हा एक प्रकारचा कागदाचा खेळ असतो; पण हा नुसता कागद नसून त्यामध्ये त्याच्या इच्छा दडलेल्या असतात. आपण मिळवलेल्या संपत्तीचं वाटप कशाप्रकारे करायचं हे मृत्युपत्राद्वारे दर्शवण्याचा हेतू असतो. आपल्या जीवनाची सांगता मृत्युपत्रानं होऊ शकते. मृत्युपत्र हे वारसासाठी एक मार्गदर्शक तत्त्व होऊ शकतं. मृत्युपत्र हे फक्त स्वतःच्या मालकीच्या मिळकतीचं करता येतं. सज्ञान व्यक्ती मृत्युपत्र केव्हाही करू शकते. ते कितीही वेळा बदलता येतं अथवा रद्द करता येतं. ते मृत्यू येण्याच्या आधी करावं. मृत्युपत्र करताना मानसिक संतुलन आवश्यक आहे. म्हणून फार म्हातारपण आल्यावर किंवा जास्त आजारी पडल्यावर मृत्युपत्र करण्यापेक्षा आपली मानसिक आणि शारीरिक स्थिती उत्तम असतानाच करावं. वैद्यकीय उपचाराच्या वेळी किंवा अगोदर मृत्युपत्र तयार करून ठेवल्यानं वेळ, श्रम, पैसा यात होणारी बचत योग्य ठिकाणी वापरता येईल. पत्नीच्या उदरनिर्वाहासाठी जरूर ती तरतूद करण्याचं कायदेशीर बंधन मात्र कर्त्यावर आहे. मिळकतीची यादी घाई न करता अत्यंत शांतचित्तानं आठवून करावी. स्थावर मिळकत- फ्लॅट, अपार्टमेंट, बंगला, सदनिका, जमीन, भूखंड, रो-हाऊस. जंगम मालमत्ता- रोख रक्कम, पोस्टातील, बँकेतील मुदतठेव पावत्या, शेअस, रोखे, पॉलिसी, सोने, चांदी, हिरे, मोती, मौल्यवान खडे, शेतीतून मिळणारं उत्पन्न, घरातील चीजवस्तू, वाहनं इत्यादी.

अपघात होऊ शकतो. काही वेळा शारीरिक किंवा मानसिक आजारातून अशी परिस्थिती उदभवू शकते. फार मोठा मानसिक धक्का बसल्यानं मानसिक संतुलन बिघडतं. नैराश्याचा झटका आल्यास, हृदयविकाराचा झटका आल्यास, कोमात गेल्यास काय करायचं, हे तुम्ही स्वतःच लिहून ठेवू शकता. मयतास कोणीही वारस नसल्यास त्याची सर्व मिळकत सरकार जमा होते. मृत्युपत्र, इच्छापत्र हे उत्तम दर्जाच्या कागदावर करावं. प्रत्येक पानावर समास सोडावा. दोन ओळींमध्ये व्यवस्थित अंतर ठेवावं. भाषा अत्यंत स्पष्ट असावी म्हणजे वाचायला बरं पडेल. हस्तलिखित असल्यास शक्यतो काळ्या शाईनं लिहावं. काळ्या शाईनं लिहिलेला मजकूर फोटो कॉपी करण्यासाठीसुद्धा उपयुक्त ठरतो. संगणकावर मृत्युपत्र लेजर पेपरवर करावं. मृत्युपत्रकर्त्यानं दोन साक्षीदारांसमोर सही आणि डाव्या हाताचा अंगठा उमटवलेला असावा. साक्षीदार हे कर्त्यास ओळखणारे असले पाहिजेत. साक्षीदार हा मृत्युपत्रातील लाभार्थी नसावा. डॉक्टरांचं प्रमाणपत्र शक्यतो सोबत जोडलेलं असावं. मृत्युपत्रास मुद्रांक लागत नाही. नोंदणी करावी लागत नाही. मृत्युपत्राचा सरकारी कचेरीशी संबंध नाही. मृत्युपत्र पूर्ण झाल्यानंतर एका बंद पाकिटात सील करून ठेवावं. शक्य झाल्यास ते बँकेतील लॉकरमध्ये ठेवावं. मृत्युपत्र नोंदणीकृत केल्यास तो कायदेशीर दस्तऐवज होऊ शकतो. मात्र मृत्युपत्र रजिस्टर करणं आवश्यक नाही; पण खरेपणाविषयींचा वाद टाळण्यासाठी रजिस्टर करणं चांगलं. मृत्युपत्रात करण्यात येणाऱ्या फेरबदलाला 'पुष्टीपत्र' म्हणतात. म्हणजेच तेही मृत्युपत्रच असतं आणि त्याला मृत्युपत्राचे सर्व नियम लागू असतात.

मृत्युपत्राचा नमुना

मी,

राहणार :

मौजे :

तालुका :

जिल्हा :

राज्य : महाराष्ट्र

तारीख   रोजी हे मृत्युपत्र लिहून ठेवत आहे. माझे वय   वर्षांचे आहे. वर्णन केलेल्या स्थावर व जंगम मालमत्तेचा मी एकटा मालक आहे. ही माझी इस्टेट स्वकष्टार्जित आहे. माझी पत्नी ह्यात असेपर्यंत माझी मालमत्ता तिच्या नावावर असेल. जर पत्नीचा माझ्या अगोदर मृत्यू झाल्यास माझी मालमत्ता माझ्या नावावर राहील.

माझ्या मृत्यूनंतर माझा मुलगा / नातू / नात   वय आहे. माझी मुलगी / जावई / नातू / नात   वय   आहे.

माझ्या किंवा तिच्या मृत्यूनंतर दोघांपैकी एकाच सांभाळ मुलगा / सून / मुलगी / जावई / नातू / नात   वय आहे.

स्थावर मिळकत

जंगम मिळकत

सदरचे मृत्युपत्र हे कर्त्याचे अखेरचे असून, पूर्णपणे समजून-उमजून अक्कल हुशारीने, कोणाच्या दडपणाखाली न येता, स्वखुशीने शुद्धीत असताना केले आहे. मी दोन साक्षीदारां समक्ष सही व अंगठा केलेला आहे. यापूर्वी मी कोणतेही दुसरे मृत्युपत्र किंवा इच्छापत्र केलेले नाही. हे मृत्युपत्र लिहून झाल्यावर यांच्याकडे   वय स्वाधीन करत आहे.

साक्षीदार १.

पूर्ण नाव / पत्ता / वय / दूरध्वनी / भ्रमणध्वनी / सही

साक्षीदार २.

पूर्ण नाव / पत्ता / वय / दूरध्वनी / भ्रमणध्वनी / सही

मी हे इच्छापत्र   रोजी माझी शारीरिक व मानसिक स्थिती उत्तम असताना केले आहे.

मी आज रोजी श्री / सौ / श्रीमती   यांची तपासणी केली. त्यांची शारीरिक व मानसिक स्थिती उत्तम आहे. मी त्यांना गेली वर्षे ओळखतो.

दिनांक

डॉक्टरांची सही

शिक्का

जिवंत इच्छापत्र

हा एक नव्यानं आलेला प्रकार आहे. व्यक्तीला आपला मृत्यू आत्मसन्मानानं निवडण्याची संधी या पत्राद्वारे मिळते. एखादी व्यक्ती आजारपणात आपल्या इच्छा व्यक्त करू शकत नाही, तेव्हा याचा उपयोग होतो. वैद्यकीय उपचार सुरू असताना

कुटुंबावर पडणारं भावनिक ओझं आणि मानसिक ताण कमी करण्यासाठी असं इच्छापत्र अत्यंत उपयुक्त ठरतं. वैद्यकीय उपचार कधी आणि कोणत्या परिस्थितीत थांबवावेत याचं मार्गदर्शन संबंधित व्यक्तीनं स्वेच्छेनं आणि कायदेशीररीत्या या पत्रात नमूद केलेलं असतं.

२०१८ पासून भारतामध्ये 'जिवंत इच्छापत्रास' मान्यता मिळाली आहे. अठरा वर्षं आणि त्याहून अधिक वयाची आणि मानसिकरीत्या सक्षम असलेली कोणतीही व्यक्ती असं इच्छापत्र बनवू शकते. यात कोणत्या प्रसंगात वैद्यकीय उपचार थांबवावेत किंवा वैद्यकीय उपचार देऊ नयेत. (जिथं उपचारांनी मृत्यू हा फक्त पुढे ढकलला जातो.) याचा उल्लेख केलेला असतो. या पत्राद्वारे अशा प्रसंगात तुमच्या एखाद्या नातेवाइकाला किंवा मार्गदर्शकाला तुम्ही प्रमुख निर्णयिक नेमू शकता. थोडक्यात तुम्ही लिहिल्याप्रमाणं वैद्यकीय उपचार करायचे की थांबवायचे याचा निर्णय हा नातेवाईक किंवा मार्गदर्शक तुमच्या इच्छापत्रानुसार घेऊ शकतो. या जिवंत इच्छापत्रावर दोन साक्षीदारांच्या उपस्थितीत सही झाली पाहिजे आणि त्यावर प्रथम श्रेणीचे न्यायिक न्यायाधीश यांची स्वाक्षरी आवश्यक असते. हे न्यायाधीश आपल्या कुटुंबाला अशा प्रकारचं जिवंत इच्छापत्र आहे हे कळवतात आणि त्याची एक प्रत फॅमिली डॉक्टरकडे देतात. इच्छापत्र बनवणारी व्यक्ती गंभीररीत्या आजारी असेल किंवा दीर्घ काळापासून आजारी असेल (बरं होण्याची आशा नसेल) तर अशा वेळी हे इच्छापत्र उपयोगात आळलं जातं. हे इच्छापत्र तुम्ही कोणत्याही वेळी मागे घेऊ शकता. त्यात फेरबदल करू शकता. फेरबदल करताना त्या व्यक्तीची मानसिक आणि शारीरिक स्थिती स्थिर असली पाहिजे. जिवंत इच्छापत्र बदलताना अथवा मागे घेतानाही साक्षीदार आणि न्यायिक न्यायाधीश यांची सही लागते.

टीप : इच्छापत्र बनवण्यापूर्वी वकिलांचा सल्ला अवश्य घ्यावा.

❄❄❄

वृद्धाश्रमाची निवड करताना खालील गोष्टी विचारात घ्याव्यात :

१. वृद्धाश्रमात प्रवेश घेण्यापूर्वी पूर्णतः विचार करून तिथं राहण्याची मानसिक तयारी करूनच प्रवेश घ्यावा.

२. प्रवेश घेण्यापूर्वी आपली राहती जागा विकून किंवा भाड्यानं देऊन वृद्धाश्रमात जाऊ नये. कारण वृद्धाश्रमात राहणं न जमल्यास घरी परतण्याचा मार्ग खुला असावा.

३. प्रायोगिक तत्त्वावर राहण्याची सोय असेल, तर पंधरा दिवस ते एक महिनाभर

राहून विचार करून मगच योग्य वाटेल तो निर्णय घ्यावा.

४. वृद्धाश्रमात ग्रंथालय, वाचनालय, दूरदर्शन, कॅरम, पत्ते, बुद्धिबळ अशा करमणुकीच्या विविध साधनांची सोय असावी.

५. वृद्धश्रमातून जनसंपर्कासाठी टेलिफोनची सोय असावी.

६. वृद्धाश्रमापासून जवळच दवाखाना, रुग्णालय, नर्सिंग होमची सोय असावी.

७. वृद्धाश्रमात एखाद्या वाहनाची किंवा रुग्णवाहिनीची सोय अवश्य असावी.

८. वृद्धाश्रमात रोज डॉक्टरांची एखादी फेरी असावी.

९. रुग्णालयाचे संचालक, व्यवस्थापक, ट्रस्टी यांच्याबद्दल माहिती असावी. आवश्यकता वाटल्यास दूरध्वनी किंवा भ्रमणध्वनी असावा.

१०. वृद्धाश्रमाच्या जवळपास बँकेची सोय असल्यास अधिक उत्तम.

११. वृद्धश्रमाच्या जवळपास औषधाच्या दुकानाची सोय असल्यास अधिक उत्तम.

१२. आपल्या नातेवाईकांना, मित्र-मैत्रीणाला भेटण्यास जाणं-येणं सोयीचं असावं.

❋❋❋

म्हातारपण आणि ज्येष्ठत्व

माणसानं वय वाढल्यावर ज्येष्ठ व्हावं, म्हातारं होऊ नये. म्हातारपण आणि ज्येष्ठत्व यात मूल्यांचा आणि वृत्तीचा फरक आहे. ज्येष्ठत्व हे आदरणीय, विवेकी आणि समंजस असतं. तर म्हातारपण हे परावलंबी, दु:खी आणि कुढणारं असतं. वय वाढणं हा निसर्गक्रम आहे, म्हणून आपण स्वतःला आता आपण म्हातारं झालो असं म्हणू नये. ज्येष्ठत्व आणि म्हातारपण यातील फरक समजून घ्यावा. कारण यातून सुखाचा मार्ग गवसणार आहे.

म्हातारपण इतरांचा आधार शोधत असतं, तर ज्येष्ठत्व दुसऱ्याला आधार देतं. म्हातारपण लपवावंसं वाटतं, तर ज्येष्ठत्व दाखवावं वाटतं. म्हातारपण अहंकारी आणि हेकेखोर असतं, तर ज्येष्ठत्व विनम्र आणि संयमी असतं. म्हातारपण तरुणांच्या जीवनात लुडबुड करतं, तर ज्येष्ठत्व तरुणांना त्यांच्या मताप्रमाणं जगण्याचा अवकाश देतं. म्हातारपण आमच्या वेळी असं होतं अशी किरकिर लावतं, तर ज्येष्ठत्व बदलत्या काळाशी जुळवून घेतं. म्हातारपण आपली मतं तरुणाईवर लादू पाहतं, तर ज्येष्ठत्व तरुणाईची मतं जाणून घेतं. म्हातारपण जीवनाच्या संध्याकाळी मरणाची वाट पाहत दिवस कंठत असतं, तर ज्येष्ठत्व जीवनाच्या संध्याकाळीसुद्धा उष:कालाची वाट पाहत नातवाच्या बालक्रीडा आणि तरुणांचं दिपवणारं कर्तृत्व कौतुक भरलेल्या नजरेनं पाहत आनंदानं जीवन जगत असतं.

थोडक्यात काय तर ज्येष्ठत्व आणि म्हातारपण यातील फरक समजावून घेऊन

जीवनाचा आनंद मनमुरादपणे घेता आला पाहिजे. विवेकानं ज्येष्ठत्वाचा स्वीकार आणि अंगीकार करून आचरण ठेवलं तर वृद्धापकाळातलं जगणं सुखानं जगता येऊ शकतं.

❋ ❋ ❋

निवृत्तीनंतर रिकामा वेळ असा घालवावा.

- परमेश्वराची आराधना करणं.
- आयुष्यात एखादी गोष्ट राहिली असेल तर ती करणं.
- वाचन, मनन करणं.
- कथा, कादंबरी, ललित लेख लिहावेत, जमल्यास आत्मचरित्र लिहिणं.
- रेडिओ ऐकणं, दूरदर्शन पाहणं.
- कॅरम खेळणं, पत्ते खेळणं, बुद्धिबळ खेळणं.
- भजन-कीर्तन करणं किंवा ऐकणं.
- व्याख्यानं, भाषणं, प्रवचनं ऐकणं.
- दररोज चालणं, व्यायाम करणं.
- सूर्यनमस्कार करणं, प्राणायाम करणं.
- ज्ञानेश्वरी वाचणं, रामायण वाचणं.
- गीता, दासबोध, महाभारत, वेद-उपनिषदं वाचणं किंवा ऐकणं.
- आवडत्या व्यक्तींना, मित्रांना भेटणं, सुगम संगीत, शास्त्रोक्तसंगीत भावगीत, भक्तिगीत, मिश्रसंगीत नाट्यसंगीत ऐकणं, गजल ऐकणं.
- फोटोग्राफी आणि पर्यटन करणं.
- प्रवास करणं, निसर्गात जाणं.
- धार्मिक स्थळांना भेटी देणं, वृद्धाश्रमांना भेटी देणं, वृद्धांचे वाढदिवस साजरे करणं, एकमेकांची ओळख करून घेणं.
- मित्र, शेजारी, नातेवाईक, ज्येष्ठ नागरिकांशी गप्पा मारणं.
- जुन्या आठवणीत रममाण होणं.
- एड्सग्रस्त मुला-मुलींना, वेश्याच्या मुलामुलींना भेट देऊन त्यांची मनोगते ऐकणं.
- अंध, अपंग, मूकबधिर, तृतीयपंथी, यांना भेट देऊन त्यांची मनोगतं ऐकणं.

❋ ❋ ❋

मातोश्री वृद्धाश्रम योजना

महाराष्ट्राच्या ग्रामीण भागातील वृद्धांच्या समस्यांचं निवारण करण्यासाठी विशेषतः आर्थिकदृष्ट्या दुर्बल असलेल्या वृद्धांसाठी 'मातोश्री वृद्धाश्रम योजना' कार्यान्वित करून महाराष्ट्र शासनानं फार मोलाचं कार्य केलं आहे. ज्या स्थानिक वृद्धांचं वार्षिक उत्पन्न बारा हजारांपेक्षा कमी आहे. अशा वृद्धाला या मातोश्री योजनेतील वृद्धाश्रमात अखेरपर्यंत विनामूल्य सांभाळलं जातं. ज्या वृद्धांचं वार्षिक उत्पन्न बारा हजारांपेक्षा अधिक आहे. त्या वृद्धांकडून महिना पाचशे रुपये मासिक शुल्क घेऊन त्याला सांभाळलं जातं. या वृद्धाश्रमात पुरुषांसाठी प्रवेशाचं वय साठ वर्षे, तर स्त्रियांसाठी पंचावन्न वर्षे आहे. इथं सर्व वृद्धांना दिवसाकाठी दोन वेळा भोजन, एक वेळ नाष्टा आणि तीन वेळा चहा दिला जातो.

वृद्धाश्रमांची नावे व पत्ते पुढीलप्रमाणे :-

ठिकाण	नाव	पत्ता
१. पुणे	मातोश्री वृद्धाश्रम	कर्वेनगर, कर्वेरोड विठ्ठल मंदिराजवळ पुणे
२. अहमदनगर	मातोश्री वृद्धाश्रम	मु. विळदघाट नगर मनमाड रोड, अहमदनगर
३. सोलापूर	मातोश्री वृद्धाश्रम	श्री. तनपुरे महाराज सद्गुरू प्रसाद संस्था, पंढरपूर
४. कोल्हापूर	मातोश्री वृद्धाश्रम	नामदेववाडी ता. करवीर, जि. कोल्हापूर

५. नाशिक	मातोश्री वृद्धाश्रम	मु. नवीन सामनगाव, ता. जि. नाशिक
६. ठाणे	मातोश्री वृद्धाश्रम	मु. सोर, ता. भिवंडी, जि. ठाणे
७. रायगड	मातोश्री वृद्धाश्रम	मु. पो. कोंडीवले राजेवाडी जवळ, जि. रायगड
८. सिंधुदुर्ग	मातोश्री वृद्धाश्रम	मु. सांगवे, ता. कणकवली, जि. सिंधुदुर्ग
९. रत्नागिरी	मातोश्री वृद्धाश्रम	मु. अंबये, ता. खेड, जि. रत्नागिरी
१०. धुळे	मातोश्री वृद्धाश्रम	नकार तलाव, साक्री रोड, धुळे
११. जळगाव	मातोश्री वृद्धाश्रम	मु. सावरखेडा, ता. जि. जळगाव
१२. अकोला	मातोश्री वृद्धाश्रम	मौजे. शिवापूर, जि. अकोला
१३. अमरावती	मातोश्री वृद्धाश्रम	मौजे. मालेगाव ता. जि. अमरावती
१४. यवतमाळ	मातोश्री वृद्धाश्रम	मौजे. तिकाना, ता. जि. यवतमाळ
१५. नागपूर	मातोश्री वृद्धाश्रम	आदासा सोनपूर, ता. कमळेश्वर, जि. नागपूर
१६. वर्धा	मातोश्री वृद्धाश्रम	मेघे ररुलाबाद रोड, जि. वर्धा
१७. भंडारा	मातोश्री वृद्धाश्रम	चांदणी टोळा नगर, जि. गोंदिया
१८. चंद्रपूर	मातोश्री वृद्धाश्रम	भिवकुंड नीरजपूर, बल्लारमा मार्ग, जि. चंद्रपूर
१९. गडचिरोली	मातोश्री वृद्धाश्रम	चामोशी रोड, गडचिरोली
२०. औरंगाबाद	मातोश्री वृद्धाश्रम	गट नं. ११४, नक्षत्रवाडी पैठणरोड जि. औरंगाबाद
२१. जालना	मातोश्री वृद्धाश्रम	गट नं. ५४, गणेशनगर, आंबडे रोड, जि. जालना.
२२. बीड	मातोश्री वृद्धाश्रम	स. नं. ५७४, जि. बीड, आंबेजोगाई, परभणी
२३. परभणी	मातोश्री वृद्धाश्रम	परभणी
२४. नांदेड	मातोश्री वृद्धाश्रम	मदनापूर, किनवट, जि. नांदेड
२५. लातूर	मातोश्री वृद्धाश्रम	मु. आर्वी, ता. जि. लातूर

आनंददायी उपक्रम

प्रत्येक व्यक्तीत काही कलागुण असतात. ज्येष्ठ नागरिकांसाठी विविध आनंददायी उपक्रम घरी किंवा ज्येष्ठ नागरिक संघात वा वृद्धाश्रमात राबवता येतील.

योग करणं.

प्राणायाम करणं.

ध्यानधारणा करणं.

हास्यक्लबात जाणं व भाग घेणं.

गीता पठण करणं.

गीता शिकवणं.

गीता वाचून दाखवणं.

श्लोक पठण करणं.

श्लोक शिकवणं.

पत्ते खेळणं.

कॅरम खेळणं.

बुद्धिबळ खेळणं.

संगीत ऐकणं, गाणं.

सुगम संगीत ऐकणं.

भावगीतं ऐकणं.

भक्तिगीतं ऐकणं.

मिश्रसंगीत ऐकणं.

नाट्यसंगीत ऐकणं.

शास्त्रीय संगीत ऐकणं.

गझल ऐकणं.

मराठी गाणी ऐकणं.

हिंदी गाणी ऐकणं.

छंदानुसार खालील सी. डी. ऐकणं.

तबला,बासरी,ढोलकी,गिटार आणि व्हायोलिन शिकणं.

आरत्या म्हणणं.

मराठी गाण्यांच्या भेंड्या खेळणं.

हिंदी गाण्यांच्या भेंड्या खेळणं.

गावांच्या नावाच्या भेंड्या खेळणं.

शहरांच्या नावाच्या भेंड्या खेळणं.

छंद जोपासणं.

समाजसेवा करणं.

सहली काढून तेथील माहिती घेणं.

एड्सग्रस्त मुलं-मुली, वेश्यांची मुलं यांची

मनोगतं ऐकणं.

रेडिओ ऐकणं.

नभोनाट्ये ऐकणं.

दूरदर्शन पाहणं.

फुगडी खेळणं.

सागरगोटे खेळणं.

शापशिडी खेळणं.

चल्लसपाणी खेळणं.

नृत्य करणं.

दांडिया खेळणं.

कथा लिहिणं, सांगणं, वाचून दाखवणं.

जमल्यास आत्मचरित्र लिहिणं.

सणउत्सव साजरे करणं.

तीळगूळ देणं.

सोने देणं.

बागकाम करणं.

झाडे लावणं व जगवणं.

वाढदिवसाला रोप भेट देणं.

दिवाळीला आकाशकंदील,

चांदणी तयार करून भेट देणं.

पिशव्या बनवून भेट देणं.

ओरिगामी करणं.

कागदाच्या वस्तू व कृती तयार करणं.

टाकाऊतून टिकाऊ वस्तू तयार करणं.

विणकाम करणं.

शिवणकाम करणं.

भरतकाम करणं.

पेंटिंग काम करणं.

चित्रं काढणं व रंगवणं.

मातीकाम करणं व रंगवणं.

मण्यांच्या वस्तू तयार करणं.

रांगोळी काढणं व रंग भरणं.

लिंबू-चमचा खेळणं.

संगीतखुर्ची खेळणं.

भराभर चालणं.

हळू चालणं.

उलटं चालणं.

स्वतःची काळजी घेणं.

इतरांचीही काळजी घेणं.

हसतमुख राहावं.

सदैव हसतमुख राहू या.

काळजी करणं सोडून देऊ या.

प्रत्येक क्षण आनंदी करू या.

प्रत्येक क्षण सुगंधित करू या.

स्वतःच स्वतःचे मित्र होऊ या.

❋ ❋ ❋

ज्येष्ठांनी पाळायचे दिवस

ज्येष्ठ नागरिक संघात आणि वृद्धाश्रमात जयंती आणि पुण्यतिथी साजरे करून संबंधितांचे स्मरण करणे आवश्यक वाटते. कॅलेंडरमधील तारखा बदलू शकतात हे लक्षात घ्यावे. वर्षात अधिकचा महिना आल्याने बदल होऊ शकतात.

०१ जानेवारी - नवीन वर्षाच्या शुभेच्छा देणे
०३ जानेवारी - सावित्रीबाई फुले जयंती
१४ जानेवारी - तीळगूळ वाटप
२३ जानेवारी - नेताजी सुभाषचंद्र बोस जयंती
२६ जानेवारी - प्रजासत्ताक दिन
३० जानेवारी - महात्मा गांधी पुण्यतिथी, हुतात्मा दिन

१९ फेब्रुवारी - शिवाजी महाराज जयंती (तारखे नुसार)
२८ फेब्रुवारी - राष्ट्रीय विज्ञान दिन

०८ मार्च - जागतिक महिला दिन
१० मार्च - सावित्रीबाई फुले पुण्यतिथी
१६ मार्च - संत तुकाराम महाराज बीज
२३ मार्च - जागतिक हवामान दिन

०६ एप्रिल - श्रीराम नवमी
१० एप्रिल - महावीर जयंती
१४ एप्रिल - आंबेडकर जयंती
१८ एप्रिल - गुड फ्रायडे

०१ मे - महाराष्ट्र दिन, कामगार दिन
१२ मे - बुद्धपोर्णिमा
२७ मे - पंडित नेहरू पुण्यतिथी

०७ जून - बकरी ईद
१७ जून - राजमाता जिजाऊ पुण्यतिथी

०१ जुलै - डॉक्टर्स डे

१५ ऑगस्ट - स्वातंत्र्य दिन
२१ ऑगस्ट - ज्येष्ठ नागरिक दिन

०५ सप्टेंबर - शिक्षक दिन

०२ ऑक्टोबर - गांधी जयंती
०२ ऑक्टोबर - लालबहादूर शास्त्री जयंती
घटस्थापना, विजया दशमी, दसरा, दिवाळी

१४ नोव्हेंबर - पंडित नेहरू जयंती - बालदिन
२८ नोव्हेंबर - महात्मा फुले पुण्यतिथी

०४ डिसेंबर - श्रीदत्त जयंती
२५ डिसेंबर - नाताळ

डॉ. महावीर चंद्रनाथ पांढरे

शिक्षण   : एम.ए., एम.एड., एम.एस.डब्लू.

अनुभव   : १४ वर्षे शिक्षक, २२ वर्षे मुख्याध्यापक

एकूण सेवा : ३६ वर्षे

संस्थापक   : जागृती शिक्षण संस्था, पिंपरी, पुणे - ४११०१८

संचालक   : जागृती मार्गदर्शन केंद्र, पिंपरी, पुणे - ४११०१८

लेखनकार्य :

◆ दै. सकाळ, केसरी, लोकमत, लोकपरिवार, क्रांती समाचार यांमध्ये विविध विषयांवर लेखन.

प्रकाशित पुस्तके :

१. अभ्यासासाठी नवी पद्धत

२. आदर्श पालक व्हा!

३. शुभमंगल सावधान

४. ज्येष्ठ नागरिक एक आनंदयात्रा

पुरस्कार

१. आदर्श शिक्षक - लायन्स क्लब ऑफ पुणे आनंद - सन २००३

२. आदर्श शिक्षक - महाराष्ट्र राज्य पुरस्कार - सन २००२

३. आदर्श शिक्षक - पुणे जिल्हा परिषद - सन १९९८

४. आदर्श शिक्षक - श्री छत्रपती शिवाजी महाराज स्मारक समिती, चिंचवड, पुणे - सन १९९८

५. आदर्श शिक्षक - लायन्स क्लब ऑफ पुणे, भोसरी - सन १९९४

६. आदर्श शिक्षक - नॅशनल स्टुडंट युनियन ऑफ इंडिया - सन १९९१

७. आदर्श शिक्षक - अखिल महाराष्ट्रीय जैन संघटना - सन १९९१

सामाजिक कार्य

- विवाह मंडळांची कामे, वधूवर सूचक मंडळाच्या कार्यक्रमात सूत्रसंचालन.
- मागील ४० वर्षांपासून वैवाहिक समुपदेशन.
- वेगवेगळ्या शैक्षणिक आणि सामाजिक संस्थांमध्ये विविध विषयांवर व्याख्याने.

शिबिरेः

- शैक्षणिक अभ्यास, आरोग्य, निसर्गोपचार, रक्तदान, व्यसनमुक्ती आणि अध्यात्म विषयक शिबिरांचे आयोजन.

कार्यशाळा :

- स्वयंविकास, व्यक्तिमत्त्व विकास आणि पालक कार्यशाळा.

तज्ज्ञ मार्गदर्शक :

- मूल्यशिक्षण, पर्यावरण, लोकसंख्या शिक्षण, एम्.सी.सी., स्मार्ट पी.टी., सेवांतर्गत प्रशिक्षण, निवडश्रेणी, एड्सविषयक मार्गदर्शन.

इतर :

- डीएड्, बीएड् कॉलेजेस आणि यशदामध्ये गेस्ट लेक्चरर
- व्याख्याने पाच हजारांपेक्षा अधिक.

पुस्तक प्रकाशित करणं झालं सोपं

अर्थात

#AnyoneCanPublish

अंतर्गत प्रकाशित झालेली पुस्तकं

अ.क्र.	पुस्तकाचे नाव	लेखकाचे नाव	विषय/ कॅटेगरी	किंमत
१.	पौर्णिमेच्या कथा	चिंतामणी देशपांडे	ललित	१३०/-
२.	मनाच्या आरश्यात	प्रिया खैरे पाटील	ललित	२४०/-
३.	दृष्टी	कांचन शेंडे	ललित	१९०/-
४.	चित्रकर्मी	आशिष निनगुरकर	ललित	२९९/-
५.	माझी भटकंती	दिलीप वैद्य	ललित	१५०/-
६.	कृष्णं वंदे जगद्गुरूम	श्यामसुंदर राठी	ललित	१९९/-
७.	केशव-लक्ष्मी कृपा	राधिका श्रीराम घोरपडे	ललित	१३०/-
८.	गंधाळलेली फुले	यशवंत पाटील	ललित	१९०/-
९.	भवताल	मनीषा आवेकर	ललित	१८०/-
१०.	अभिनयांकित	जयश्री दानवे	ललित	२५०/-
११.	फुलांच्या दुनियेत	मृणाल तुळपुळे	ललित	१७०/-
१२.	मुरडण	बालाजी मदन इंगळे	ललित	१३०/-
१३.	कवडसे	डॉ. अरविंद वैद्य	ललित	३५०/-
१४.	राम तोचि विठ्ठल	शीला देशमुख	ललित	१५०/-
१५.	भावबंध	मोहन सरडे	ललित	१७०/-
१६.	फुलबाग	सुरेश गर्जे	ललित	१२०/-
१७.	पैसा, पैसा आणि पैसा	सुरेश गर्जे	ललित	१७०/-
१८.	भारतभर सायकलभ्रमण	दत्तात्रय मेहेंदळे	ललित	३७०/-
१९.	आहे सुगम तरी...	विजय श्रोत्रिय	ललित	२२०/-
२०.	हे जीवन सुंदर आहे	मंगेश चौधरी	ललित	२५०/-
२१.	'च' कशाचा	अरुंधती लोंढे	ललित	१८०/-
२२.	मनतरंग	प्रिया खैरे पाटील	कविता	१३०/-
२३.	आत्मसंवाद	रमेश राठोड	कविता	१३०/-

२४.	साद	पुष्पा तारे	कविता	१६०/-
२५.	वाट चालता चालता	पुष्पा सराफ, रोशनी सराफ, नक्षत्रा सराफ	कविता	१३०/-
२६.	पाऊलवाटेवर चालताना	सुचेता अवसरे	कविता	१३०/-
२७.	बापा तुझं आभाळ	हनुमंत भवारी	कविता	१३०/-
२८.	प्रपात	प्रणव लेले	कविता	१२५/-
२९.	बासरी	किरण वेताळ	कविता	१२५/-
३०.	भरून येणाऱ्या डोळ्यांतून	अरुणकुमार जोशी	कविता	१२०/-
३१.	An Eternal	Dr. Arjun Shirsath	कविता	140/-
३२.	चैत्रपालवी	चैत्राली कुळकर्णी	कविता	१८०/-
३३.	काट्यातले मोरपीस	अरुण कटारे	कविता	१८०/-
३४.	पालवी	काशीराम बोर	कविता	१३०/-
३५.	अंतरंग सावल्यांचे	सदाशिव शेंडे	कविता	१९०/-
३६.	कोवळी पाने	संदीप काळे	कविता	१२५/-
३७.	सप्रेम	अर्जुन शिरसाठ	कविता	१४०/-
३८.	साष्टांग	अर्जुन शिरसाठ	कविता	१४०/-
३९.	माणूस म्हणून जगा	उदय माळगावकर	कविता	२६०/-
४०.	जीवन प्रवाह	दीपक भोजराज	कविता	२६०/-
४१.	मुक्तछंद	डॉ. स्मिता झंवर	कविता	१२०/-
४२.	काव्यसुधा	प्रकाश निर्मळे	कविता	१२०/-
४३.	तळ धुंडाळताना	ज्योती जोशी	कविता	२५०/-
४४.	नेत्र हवे मज	गोविंद कुळकर्णी	कविता	१९९/-
४५.	स्वर व्यंजनी	प्रसाद पाठारे	बालकविता	१२०/-
४६.	बाकी काही नाही	किरण वेताळ	कविता	१९९/-
४७.	उतरंड	उत्तमा पेठकर	कविता	१६९/-
४८.	रुपक कथा	शशांक देव	कथा	९९/-
४९.	मोलाची ठेव	कृष्णा पाटील	कथा	२२८/-
५०.	छोड अकेला फिर जाओ	उर्मी रुमी	कथा	१७०/-
५१.	धूमधडाका	मयूरेश कुलकर्णी	कथा	२३०/-
५२.	ठिकरीची फोडणी	अशोक कांबळे	कथा	१९०/-
५३.	वाटणी	कृष्णा पाटील	कथा	२५०/-

५४.	कर्मफल	काशीराम बोरे	कथा	१८०/-
५५.	गंधाळलेली फुले	प्रा.डॉ.यशवंत पाटील	कथा	१९०/-
५६.	गढीवरच्या आईसाहेब	प्रा.डॉ. यशवंत पाटील	कादंबरी	१५०/-
५७.	द्रौपदीबाई पठाण	प्रिया गोगावले-विखे	कादंबरी	१६०/-
५८.	रुबाब	अमोल सोंडकर	कादंबरी	१४०/-
५९.	घेरं	वासुदेव डहाके	कादंबरी	६७०/-
६०.	होम मिनिस्टर	युवराज कोरे	कादंबरी	१८०/-
६१.	तडजोड	निवृत्ती जोरी	कादंबरी	४९९/-
६२.	एक होती यशोदा	सुनील पांडे	कादंबरी	१२५/-
६३.	व्यक्तिमत्त्व विकासाचा कोलाज	विनोद बिडवाईक	सेल्फ हेल्प	२००/-
६४.	स्वयंविकासाची स्वयंप्रेरणा	विनोद बिडवाईक	सेल्फ हेल्प	२२०/-
६५.	शिवसूत्र	योगेश क्षत्रिय	सेल्फ हेल्प	२९०/-
६६.	Vitality in human resource	Vinod Bidvaik	सेल्फ हेल्प	299/-
६७.	Holistic approach	Vinod Bidvaik	सेल्फ हेल्प	120/-
६८.	महासत्तेच्या वाटेवर	युवराज कोरे	माहितीपर	१४०/-
६९.	इंडिया डायरी	प्रमोद देशपांडे	माहितीपर	२००/-
७०.	India Dairy	Pramod Deshpande (English)	माहितीपर	240/-
७१.	कचराकोंडी ते पंधरा कोटी	सतीश वैजापूरकर	माहितीपर	१८०/-
७२.	रेन वॉटर हारवेस्टींग	प्रवीण खांडवे	माहितीपर	१९९/-
७३.	ईशोपनिषद	सुरेश गर्जे	अध्यात्म	१५०/-
७४.	रामराज्य	सुरेश गर्जे	अध्यात्म	१७०/-
७५.	तुका आकाशाएवढा	सुरेश गर्जे	अध्यात्म	२२०/-
७६.	Unalome	Shweta Bharati	अध्यात्म	250/-
७७.	दिव्य प्रवचनामृत	रविंद्र कांबळे	अध्यात्म	१४००/-
७८.	शिंपल्यातील मोती	अंजना चौगुले-चावरे	चरित्र	१९९/-
७९.	विवेकवेल	वसंत गायकवाड	चरित्र	४९९/-
८०.	Karmaveer Bhaurao Patil : Life and work of a rebel	Bharat Kavathekar	चरित्र	190/-

८१.	द जेनेटिक वेडिंग रिंग	मंदार मुंडले	नाटक	९९/-
८२.	The genetic wedding ring	Mandar Mundale	नाटक	99/-
८३.	महाविनाशाची पदचिन्हे	भाऊराव मुळे	नाटक	४९९/-
८४.	कोकणचे पारंपरिक खेळे	गोविंद कुळकर्णी	नाटक	२३०/-
८५.	प्रवासातून प्रबोधन	श्रीराम भास्करवार	प्रवासवर्णन	१९०/-
८६.	माझा युरोप प्रवास	अशोक केसरकर	प्रवासवर्णन	२८०/-
८७.	लंडन डायरी	रूपाली पाटील-मिरासदार	प्रवास	२२५/-
८८.	गिर्यारोहण	विजय देवधर	प्रवास	१५०/-
८९.	ओवीरूप भगवद्गीता	आर. जी. पाटील	तत्त्वज्ञान	८७०/-
९०.	ऋग्वेद अर्थसार	बापू कुंभार	तत्त्वज्ञान	४७०/-
९१.	आरोग्यधाम	बी. के. तेली (चौधरी)	आरोग्य	१५०/-
९२.	एक कण आयुर्वेदाचा	वैद्य रमा खटावकर	वैद्यकीय	२९९/-
९३.	Andra Recipe	Vijaya Lakshmi	पाककला	990/-
९४.	संपूर्ण दीपरामायण	दीपक करंदीकर	महाकाव्य	१४९९/-
९५.	भुकेलेल्या देशाची कृषि महासत्तेकडे वाटचाल	अनिल शिंदे	सामाजिक	२६०/-
९६.	'जागृती'तून जागृतीकडे	जयश्री काळे	सामाजिक	३८०/-
९७.	We are the quarry, fate is the Hunter	Prasad & Shubhada Godbole	Non-fiction	299/-
९८.	Rede an Das Gewissen	Dr. Rajendra Padture	Spiritual (Translation)	499/-
९९.	Incremental learning of Electricity Smart Meter Data	Archana Y. Chaudhari Preeti Mulay	टेक्निकल	850/-
१००.	अक्षर ओळख	ज्योत्स्ना पास्ते	शैक्षणिक	१९९/-

पुस्तक खरेदीसाठी संपर्क : ८८८८८४९०५०

पुस्तके ऑनलाइन उपलब्ध

amazon.in / flipkart/ https://sakalpublications.com